Bagets
An Anthology of Filipino Young Adult Fiction

Bagets
An Anthology of Filipino Young Adult Fiction

Carla M. Pacis
Eugene Y. Evasco
Editors

The University of the Philippines Press
Diliman, Quezon City

PUBLISHED BY THE UNIVERSITY OF THE PHILIPPINES PRESS
E. de los Santos St., UP Campus, Diliman, Quezon City 1101
Tel. Nos.: 925-3243, 926-6642 / Telefax No.: 928-2558
Email: press@up.edu.ph
Website: press.up.edu.ph

First Printing, 2006
Second Printing, 2008
Third Printing, 2019

The National Library of the Philippines CIP Data

Recommended entry:

    Bagets: an anthology of Filipino young adult fiction /
Carla M. Pacis, Eugene Y. Evasco, editors.—
Quezon City : The University of the Philippines Press, c2006.
(2019 printing)
    pages ; cm

    ISBN 978-971-542-517-9

    1. Young adult fiction, Filipino. 2. Young adult fiction,
Philippine (English). I. Pacis, Carla M. II. Evasco, Eugene Y.
III. Title: An anthology of Filipino young adult fiction.

PL6058.8   899.2113008035235   2008   P083000030

Book Design by Zenaida N. Ebalan

Printed in the Philippines by Econofast Press

Table of Contents

Foreword   vii

Introduksiyon   1
  Ang Kabataan, Lipunang Filipino, at mga Kuwentong Bagets
  Eugene Y. Evasco

Trese   9
  Christine S. Bellen

Stainless   17
  Eugene Y. Evasco

Multo   31
  Susie R. Baclagon-Borrero

Ligaw na Piraso ng Jigsaw Puzzle   44
  Ana Celina M. dela Peña

Half f-stop   55
  Mae Astrid Tobias

Kuwatro Oras   63
  Alice Mallari

Ang mga Pasaway   70
  Renato C. Vibiesca

Panunuluyan   79
  Henri Rose R. Cimatu

Introduction   87
From Behind the Bookshelf: Literature for Young Adults in the Philippines
Carla M. Pacis

My Brown, Bony Knees   92
Heidi Emily Eusebio-Abad

There Was This Really Fat Girl ...   98
Carla M. Pacis

Cinderella and the Night of the Prom   108
Rachelle Tesoro

Angel   114
Lin Acacio-Flores

Peanut Butter Kisses   126
Raissa Claire Rivera

Boogers Are Stalactites   136
Perpi Alipon-Tiongson

Sweet and Tender Hooligans   142
Mae Astrid Tobias

Girl Meets Girl   153
Agay C. Llanera

The Editors and Contributors   163

Foreword

I specifically remember that the idea of putting together an anthology of short fiction for young adults was conceptualized one Saturday afternoon in 2003. We had just come from one of KUTING's monthly general assembly at our former headquarters at the Pedia House at Rosa Alvero Street near Katipunan. A handful of us, including the then president Augie Rivera, stuck around at Starbucks and started spit-balling possible book projects for the organization. The idea was we would start publishing a series of anthologies focusing on areas we felt were still lacking in the present body of literature for children.

Carla Pacis and Eugene Evasco immediately volunteered to become editors. Together with Augie, they met with Dr. Cristina Pantoja Hidalgo, who was then the director of the UP Press, to pitch our project tentatively called *Bagets*. After getting a go signal, we set out to gather manuscripts from the active members of Kuting. We were determined to finish the project in time for the KUTING's 9th year celebration in 2004 dubbed "The First 9 Lives."

This collaborative project turned out to be more difficult than we expected with so many of our members busy with their own careers, publishing and launching their own individual titles. The whole process of writing, revising, editing, and coordinating extended for two years. The original target of twenty stories, ten in English and ten in Filipino, was reduced to sixteen (and even considered calling the anthology *Ocho-ocho*). We also went through a transition phase when Augie's term as president ended. He turned over the project to Lara Saguisag, who was elected as the new president. Lara, however, had to leave for her graduate studies in the US, and I took over her position. Finally in December 2005, we were able to submit our complete manuscript to the UP Press, now headed by Dr. Ma. Luisa Camagay. We were fortunate that the readers of the UP Press had a quick and positive response.

Three years, three KUTING presidents, and two UP Press directors later, finally, *Bagets* has come of age. This anthology is KUTING's testament to its vision of being the foremost writers' organization that sets and upholds the standards of excellence in the development of literature for children and young adults.

We hope that our dear readers will be pleased with our humble efforts. With the installment of a new set of officers of Kuting, headed by Zarah Gagatiga, we can anticipate from the Kutings, the individual members and the group itself, more titles that would fill the gaps in today's literature for Filipino children and young adults.

Mae Astrid Tobias
Kuting President, 2004–2006

Introduksiyon
Ang Kabataan, Lipunang Filipino, at mga Kuwentong Bagets
Eugene Y. Evasco

B agong kategorya sa panitikang Filipino ang mga kathang sadyang isinulat para sa kabataan, o kilala bilang *young adult literature*. Ito ang mga akdang naglalayong isalarawan at gabayan ang mga mambabasang nasa yugto at transisyon mula pagiging bata tungo sa pagiging matanda. Kadalasang paksain ng mga kuwentong ito ang pagkagulang at pagkamulat, unang sipat sa danas pangmatanda, at tunggalian ng kabataan at ng autoridad (e.g., magulang, paaralan, simbahan).

Taong 1996 nang inampon ang terminong *young adult* sa produkisyong pampanitikan ng bansa. Tagapanguna rito ang serye ng mga aklat ng B1 Gang sa taguyod nina Armin Santiaguel (bilang tagapaglathala, patnugot, at punong manunulat), Joey Alcaraz, Lakangiting Garcia, at Elya Maria Atienza. Ipinagmamalaki nila ang kanilang proyekto bilang "the first and only young adult book series in Filipino." Kuwento ng magkakaibigang sina Gino, Boging, Jo, at Kiko ang B1 Gang. Nakatala sa bawat aklat ang kanilang pagsaliksik ng mga misteryo at pagharap sa iba't ibang hamon. Kadalasang tema ng mga aklat ay panitikang-bayan (*Halimaw sa Wawa, Mata ng Diyablo, Aswang sa Hatinggabi, Diwata ng Bulkan, Sumpa ng Mombaki*), pangangalaga ng kalikasan (*Wildlife Detectives, Hiwaga ng Nawawalang Agila*), kabataan bilang bayani (*Maskara ni Longino, Lihim ng Batong Bughaw*), at pagtatanggol sa katutubong kultura (*Misteryo sa Libingang Yungib, Rebulto sa Bahay na Bato*). Karapat-dapat maitala sa kasaysayang pampanitikan ang sigasig ng mga manunulat sa serye na ito bilang tagapanguna sa nasabing larangan. (Ang ikinatatakot ko, dahil nasa anyong popular ang kanilang mga aklat, walang espasyo ito sa mga aklatan at maging sa mga pag-aaral sa akademya.)

Pinasinayaan naman noong 2001 ang Pilar Perez Medallion for Young Adult Literature sa taguyod ng Filipinas Heritage Library at Adarna. Mahihinuhang nakapadron ito sa itinatag ding Michael Printz Award para sa namumukod-tanging akdang young adult sa Estados Unidos noong 2000, gayong malaon nang naglilista ang American Library Associaton (ALA) ng pinakamabubuting aklat para sa kabataan.

Bago pa man naging laganap ang young adult literature, mayroon nang mga akdang Filipino na maikakategorya sa bansag na ito. Ibig sabihin, gayong isinulat ito na hindi isinasaalang-alang ang kabataang mambabasa, taglay naman nito ang poetika ng akdang young adult. Karamihan sa mga kuwentong ito ay lagi't laging naisasaantolohiya sa katipunan ng mga mahusay na kuwento at sa mga textbook para sa hay-iskul. Klasikong maituturing at gustuhin man o hindi, ito ang ugat ng lilikhain pang kuwentong pangkabataan. Kabilang sa mga ito ang "Utos ng Hari" ni Jun Cruz Reyes, "Impeng Negro" at "May Isang Sagala" ni Rogelio Sicat, "Sa Bagong Paraiso" ni Efren Abueg, "Kuwento ni Mabuti" at "Paglalayag sa Puso ng Isang Bata" ni Genoveva Edroza-Matute, at ang "May Buhay sa Looban" ni Pedro Dandan. Ang huli'y itinuring ni Bienvenido Lumbera na "hindi malilimutan ... nakapanikit pa rin sa alaala ang tila mumunti pero matitinding detalye, na parang mga sibol na umuunat at nagsasanga sa ating kamalayan, at namumukadkad ang maraming diwa sa sulok-sulok ng gunita."

Inangkin din ng mga kabataang mambabasa ang nobelang *Kangkong 1896* (1969) ni Ceres S.C. Alabado at *Tutubi, Tutubi, 'Wag Kang Magpahuli sa Mamang Salbahe* (1987) ni Jun Cruz Reyes bilang kanilang babasahin dahil sa pagtatakda ng kanilang mga guro at pagtataglay nito ng mga kabataang protagonista. Sa puntong ito, mahihinuha ang kapangyarihan ng mga kabataang mag-aaral sa pagiging salik (factor) kung ano ang mailalahok sa panitikang pag-aaralan hanggang matukoy ang kanon ng panitikang Filipino.

May kakulangan ang bansa sa panitikan para sa kabataan. Isang dekada pa lamang ang gulang nito, kung gagamiting panukat ang sadyang pagsusulat sa ganitong bansag o tawag. Kung kaya nangangapa ang mga nagsisipaghanda ng mga textbook at ang mga guro sa hay-iskul ng mga akmang babasahin para sa mga mag-aaral. Madalas, akdang pangmatanda ang pinababasa sa paaralan, kung kaya hindi lubusang napalalapit ang puso ng kabataan sa pagbabasa. Halimbawa, nasa listahan ng mga babasahin sa high school ang mga sumusunod na nobela: *Luha ng Buwaya, Dekada '70, Sa mga Kuko ng Liwanag, Dugo sa Bukangliwayway, 'Gapo, Ibong Mandaragit, Ang Tundo Man May Langit Din*. Ang problema, bukod sa usaping tinatalakay ng mga nobela, hindi pa ito naituturo nang husto ng mga guro. Nagkakaroon tuloy ng takot ang kabataang mambabasa sa panitikang Filipino dahil masyado itong "malalim" at "seryoso." Itinuturing nilang parusa ang pagbabasa, lalo na kung komplikadong nobela ang itinatakda ng guro. Mas lalong masama, banyagang akda ang sinusulingan ng mga mag-aaral dulot ng nasabing kakulangan. Layon ng antolohiyang ito na tugunan ang pagkukulang na ito. Dagdag pa rito, magsisilbi rin itong babasahin ng kabataan na labas sa konteksto ng pagtuturo.

Maiuugnay sa lipunan ang pagsasawalang-bahala sa panitikang pangkabataan at sa kabataan. Sa pagsusulat ng kasaysayan, hindi naididiin ang tungkulin ng kabataan sa rebolusyong 1896 at sa Digmaang Pasipiko. Sa pagkakahulma ng kabataan sa kulturang popular, "bagitong" uri ng nilalang ang itinatampok—may gatas pa sa labi, hindi dapat lumahok sa usaping pangmatanda, baguhan at wala pang muwang, nangangapa sa maraming bagay, nalululong sa masasamang bisyo, bawal mang-usisa sa autoridad, bawal sumagot sa nakatatanda, suwail, at kailangan ng patnubay ng magulang para hindi mapariwara. Dito umusbong ang mga mapanghamak na bansag sa kabataan sa iba't ibang panahon: jeproks, bagets, jologs, berks, pasaway. Idagdag pa rito ang pagkakahulma sa mga kabataan bilang biktima at alipin ng kulturang popular at kulturang hiram sa banyaga; kung kaya, napaparatangang mga mababaw at walang sariling identidad. Kabataan din ang nagiging kasangkapan para palawakin ang kulturang popular. Kapansin-pansin ang pagkakagamit ng patalastas sa mga imahen ng kabataan (may pagdidiin sa pagiging bagong henerasyon, bagong inobasyon, uso o "in") para ibenta ang kung anumang produkto.

Sinadya ng mga kuwento sa kalipunan na lumihis sa padron ng kabataan batay sa mga pelikulang Hollywood. Walang istiryotipong tauhan sa mga kuwento tulad ng mataray na cheerleader na walang utak, pinagtitripang nerd na maganda pala kapag inayusan, mahiyaing geek na gumuguwapo kapag inaalis ang salamin, delingkuwenteng binata na may problema pala sa pamilya, atletang guwapo ngunit mabait naman pala, ad nauseam. Malay ang mga manunulat, sa kanilang proseso ng pag-akda, na maglaan ng bago at akma para sa kabataang mambabasa. Hitik sa mga intertekstong malapit sa kabataan ang mga kuwentong bahagi ng antolohiya: mga urban legend, kuwentong kababalaghan, panunuluyan, programang *Wish Ko Lang,* reality TV tulad ng makeover, headlines sa tabloid, patalastas ng kotse at ng wonder bra, telenovelang *Winter Sonata,* at maging ng pyramiding scam. Patunay ang mga ito sa materyal na pinagdukalan ng mga kontemporaneong kuwentista at sa ugnayan ng kulturang popular at ng kabataan ngayon.

Bagets ang piniling pamagat ng buong antolohiya dahil ito ang nakahuli sa esensiya ng young adult. Sabihin mang luma na ito, di na alam ng mga kabataan, masama ang kahulugan (buhat sa salitang "bagito"), o hiram din sa Hollywood ang banghay ng pelikula, hindi maitatatwa ang kontekstong panlipunan ng salita. Sa pamamagitan ng antolohiya, bubuhaying muli ang salita at bibigyan ito ng bagong kahulugan.

Isang kuwento ng pagkamulat ang "Trese" ni Christine S. Bellen. Itinampok ang tauhang may lihim na kapangyarihan (kilala bilang ikatlong mata), at ang unang pagsubok at pagsabak sa gawain o responsibilidad ng isang nagkagulang. Isinalarawan sa akda ang personal na tunggalian ng tauhan sa pagiging "normal" at "kakaiba," maging ang tahimik na tunggalian ng sentro at gilid, Maynila at probinsiya, at sibilisadong urban at rural. Talinghaga ng kuwento ang pagtawid sa daigdig ng pagkamulat. Sumpa nga ba ang numerong trese? Gagamitin ba niya sa mainam ang mga bisyon? Sasambitin ba niya ang mga sumpa? Pansarili lamang ba ang "responsibilidad" na namana sa kaniyang ninuno? Tatanggapin kaya niya ang hamon, sa gitna ng pagkutya ng mga "ordinaryo"?

Pagkamulat din ang "Stainless" ni Eugene Y. Evasco. Dumaan sa mahabang proseso ang tauhang si Phillip Mondragon upang suriin ang kasaysayan ng isang stainless na owner-type jeep, ang kaniyang pamilya, ang ugnayan sa ama, at ang pagkahumaling sa mga bagong modelong sasakyan. Ugat ng inseguridad ng tauhan ang lumang jeep ng pamilya. Tila nabawian ang tauhan ng pogi points sa kasintahan, kabarkada, at kaeskuwela. Lihis siya sa kultura ng kabataan na nagmamaneho ng sarili at bagong sasakyan, kung kaya dumating sa yugtong ikinahiya niya ang pinagmulan. Isang pagsusuri sa materyalismo at konsumerismo sa mga tinedyer ang akdang ito. Bakit kaya nagiging sukatan ng kaligayahan ng kabataan ang bagong modelo ng cellphone, malling, damit, sapatos, at maging ng auto? Sino at ano ang nagtutulak sa mga kabataan sa ganitong mentalidad? Sa huli, matitimbang ng tauhan kung ano-ano ang mga mahalaga sa buhay. At ito'y kasimbusilak ng isang stainless na ugnayang mag-ama.

Mga kuwento ukol sa pag-ibig ang "Multo" ni Susie R. Baclagon-Borrero at "Ligaw na Piraso ng Jigsaw Puzzle" ni Ana Celina dela Peña. Kakaibang uri ng multo ang lumiligalig sa tauhan sa katha ni Borrero. Nagmumula ito sa kasaysayan ng ina at ate ng tauhang si Melissa. Mainam at masining ang paglalaro sa salitang "multo" sa naratibo ng may-akda. At gaya ng tipikal na ugaling Pilipino, ginamit ni Borrero ang masisteng pananaw sa pagtatampisaw ng tauhan sa ligaya at ligalig ng unang pag-ibig. Sa huli'y matapat na komunikasyon ang pupuksa sa anumang multo sa mga ugnayang pampamilya. "Multo" rin ang ginamit na talinghaga ng awtor sa kakaharaping pagbabago sa buhay ng isang tinedyer. Akmang-akma ito sa damdaming pinagdadaanan ng kabataan kaugnay sa mga pagbabago sa buhay (responsibilidad, danas, kahingian). Ayon nga kay Melissa, "Masaya at exciting ngunit nakatatakot din ang bagong yugtong ito ng buhay ko. Maraming multo sa paligid ... Mahalaga para sa akin na maitaboy ang mga multong ito."

Gamit naman ni dela Peña sa kaniyang katha ang estilong "he said, she said"—nagsasalitan ang mga punto de bista, natitimbang ang mga agam-agam ukol sa pamumukadkad at pamamaalam sa isang pagtangi. Isang binatilyong may sense of humor at matalino pero "di guwapo, chubby, at ma-pimples" ang nagkagusto sa dalagita. Ang kaso, isa sa pinakamaganda sa paaralan ang kaniyang napusuan. At may barkada pang kailangang kumilatis sa magiging nobyo ng kanilang kaibigan. Sasagutin kaya ng dalagita ang manliligaw niya? Pipiliin kaya niya ang nagpapatawa sa kaniya? O mas higit pa rin ang pisikal na katangian? Maaaring paratangang luma at gasgas na kuwento ito kaparis ng mga banghay sa programang *Young Love, Sweet Love*. Ngunit sa pagkukuwento ni dela Peña, muling napatutunayan na walang lumang kuwento sa isang masinop at matalas na kuwentista. Masarap ulit-ulitin ang pagbabasa sa akda. Lalo pa't kung matutuklasan ng mambabasa na ang pagbubuo ng pag-ibig ay kawangis ng pagbubuo ng isang puzzle. At malaon mo na palang hawak ang ligaw na piraso para ito mabuo.

Establisadong motif sa panitikang pambata at pangkabataan ang ugnayang master-apprentice. Sa ganitong hulma ng kuwento, ipinakikita ng may-akda ang malasakit ng lipunan tungo sa pag-unlad ng nakababatang henerasyon. Dumaraan sa maraming pagsubok, pagsusulit, at pagsasanay ang bidang bata para maging kapaki-pakinabang na miyembro sa lipunan at para patunayan ang halaga sa pamayanan. Nasa ganitong moda ang "Half f-stop" ni Astrid Tobias. Lamang, may baryasyon ang manunulat sa motif. Ninais ni Sam na maging staff photographer sa kanilang pahayagang pampaaralan. Nakita niya ang kaniyang master sa isang propesyonal na potograpo na nagtapos din sa kanilang paaralan. Sa tauhang ito siya humingi ng mga payo, ng mga araling hindi makikita sa aklat, at ng karanasang minsan lamang sa tanang-buhay, kaya dapat mahuli ng kamera. Pero hanggang saan hahantong ang sidhi ng ambisyon? Hanggang saan ang paghanga? Bukod sa pagbabahagi sa mambabasa ng kultura ng campus journalism, inihahatid ng katha ang mensahe ukol sa katapatan sa sariling hilig at sining.

Maituturing kong matapang ang nalalabing tatlong akda dahil sa pagtalakay ng mga sensitibong paksa na hindi kalimitang masusumpungan sa mga maikling kuwento sa textbook. Nasa tradisyon ito ng *problem novels* na laganap sa young adult literature sa Estados Unidos. Ibig sabihin, malayang tinatalakay ang mga realidad at suliranin ng kabataan at ng kaniyang lipunan sa kasalukuyang panahon.

Sa "Kuwatro Oras" ni Alice Mallari, ginamit ang estilo ng buhaghag na pagmumuni (mula sa pagsusuri sa sariling suso na "parang dibdib ng twelve years old," sa gimikan ng barkada, at sa usapin ng panliligaw), katulad ng pagpoproseso niya sa kapalaran ng kaniyang kaibigan. Sa pamamagitan nito, mapapasok ng mga mambabasa ang pinagdadaanan ng tagapagsalaysay. Gayundin, unti-unting nabubuo sa isip ng mambabasa ang kasaysayan at ugali ng magkakaibigan. Malalaman sa paunti-unting paghahanay ng mga impormasyon ang kakaibang uri ng reunion na pinaghahandaan ng tagapagsalaysay.

Isang sulyap sa subkultura ng kabataang Filipino sa siyudad ang "Ang mga Pasaway" ni Renato Vibiesca. Akma sa paksang kaniyang napili ang gamit ng mga kolokyal at balbal na salita sa kuwento. Sa pagbasa, maiuugat ang kuwentong ito sa tradisyon ng *Sa mga Kuko ng Liwanag* ni Edgardo M. Reyes at *Ang Tundo Man May Langit Din* ni Andres Cristobal Cruz (sa usapin ng nilalaman) at "Utos ng Hari" at *Cubao 1980* ni Tony Perez (sa usapin ng wika). Sa mga akdang internasyonal, maipaparis ang akdang ito sa nobelang pambata ni Melvin Burgess (*Junk*) na tumalakay sa pang-aabuso sa droga ng kabataan. Sa paglalantad ng mga suliranin ng kabataang nagtutulak ng bato, ibinubunyag ng akda ang katiwalian ng pulisya sa lungsod, at ang kakulangan ng lipunan sa pangangalaga sa kanilang kabataan.

Sopistikado at mayaman sa mga kultural na detalye ang "Panunuluyan" ni Henri Rose Cimatu. (Sino ba ang nagsasabing payak lamang ang maaabot ng estetikang pang-unawa ng kabataan?) Sa espasyong pinagmulan at ginagalawan ng tauhang si Grace, napoproseso niya ang karanasan batay sa mga Katolikong alusyon at imahen. Para higit na maintindihan ang kuwentong ito, kailangang malaman muna ang kahulugan ng "panunuluyan"—isang dula na nagtatampok sa paghahanap nina Jose at Maria ng akmang lugar upang isilang ang Dakilang Sanggol. Ganito rin ang pinagdaanang proseso ng tauhan. Saan siya hahanap ng akmang lugar para sa kaniyang sinapit? May makaiintindi ba sa kaniya? May gagalang ba sa kaniyang pasiya kaugnay ng sariling katawan? Sino nga ba ang nagmamay-ari ng kaniyang katawan? Isang parikala ang napiling panahon sa kuwento at sa desisyon ng tauhan. At sa desisyong ito ni Grace, lumihis siya sa tipo ng isang mabuting babae: si Birheng Maria.

Sa mga kuwentong naipakilala, kapansin-pansin ang pagkakaroon ng kalipunan ng katangian na kakaiba sa poetika ng young adult literature sa Estados Unidos. Kapuri-puri ang paglitaw ng ganitong pagkakaiba para mabasag ang konsepto ng unibersal na kabataan at ng *youth culture* na nakaangkla sa kulturang Kanluranin. Ang mga akdang Filipino sa kalipunan ay kakikitaan ng mataas na pagpapahalaga sa pamilya. Kapansin-pansin ito sa mga kuwentong "Trese," "Stainless," "Multo," "Ang mga Pasaway," at "Panunuluyan." Integral sa pag-unlad ng kamalayan, halagahan, talino, disiplina, at moralidad ng tinedyer ang matatag at mapagkalingang pamilya. Mahalaga ang tungkulin ng nakatatanda sa paglutas ng mga pangunahing tauhan sa kanilang mga pagsubok at sa mga hamon—pag-usisa sa kaniyang natatagong kapangyarihan, pagtitimbang ng mahahalaga sa buhay, pagsasaayos ng panahon para sa mga mahal sa buhay, pamumuhay nang matuwid, at paggalang sa atas ng simbahan. Hindi ganito ang kaso sa young adult literature sa Kanluran: wala o minimal ang tungkulin ng nakatatanda sa naratibo, bida ang kabataan, at tanging siya lamang ang lulutas sa kaniyang mga suliranin. Makikita agad ang pagkakaiba sa kultura ng dalawang bansa, maging ang pagtrato sa kabataan ng lipunan. (Hindi kaya masyadong alaga ang isang tinedyer sa Pilipinas?)

Maaaring marami pang mapansin ang mambabasa sa katangian ng mga kuwento sa kalipunang ito. Ipinapaubaya ko na sa kanila ang pagbabasa at pagsusuri. Hahayaan ko ring ang mga kuwento ang magpahayag ng dapat sanang iparating. Nalikha ito batay sa paglublob ng mga manunulat sa kultura ng kabataan, tulad ng proseso ng paglikha ni Genoveva Edroza-Matute sa kaniyang mga kuwento ukol sa mga batang mag-aaral. Ang mga manunulat na kabilang sa *Bagets* ay mga edukador at manlilikha para sa kabataan, at mga dating kabataan.

Karangalan kong ihapag ang aming unang pagsubok sa tunguhing ito para sa kabataang Filipino.

Trese
Christine S. Bellen

B isperas ng kaarawan ko ngayon. Bisperas din ng Pasko. Ito ang sinabi noon ni Lolo Enteng: humanda ako sa bagong antas ng mga panaginip ko pagsapit ng gabing ito. Magiging iba na raw kasi ang mga panaginip ko kaysa sa mga madalas kong ikuwento sa kaniya dati tungkol sa mga babaeng lumulutang sa hangin ngunit walang ulo, sa mga engkantong maiitim at mapagbiro, sa mga taong gaaspile ang nipis at lumilipad na parang tutubi, at sa mga duwendeng berde na madalas nakikipagtaguan sa akin sa halamanan. Hindi na lang daw pakikisalamuha sa isa pang mundo ang kakaharapin ko ngayong magtetrese na ako. "Responsibilidad," ito ang huling sinabi niya sa akin bago siya pumanaw noong nakaraang taon.

Hindi ko malulon ang pinirasong keso de bola na inilagay ni Nanay sa pinggan ko.

Hindi raw ako kumakain kaya kuntodo ang pagsisilbi nila sa akin sa Noche Buena. Matalim ang tingin ng mga pinsan kong bisita namin. Pakiramdam ko, naaalibadbaran sila na naroroon ako sa mesa at kaharap sila. Hindi ko kasi ito ginagawa—ang kumain, kasama ang buong angkan ng nanay ko.

Lima kaming magpipinsan at dalawa sa kanila ang halos kasing-edad ko lamang, bagama't dahil Disyembre ang kaarawan ko, ako pa rin ang pinakabunso sa kanila. Nanamlay ako sa bawat pagsubo ng pagkain. Parang lasang amag ang keso de bola, maasim na parang paksiw ang pansit canton, amoy-putik ang sabaw ng bulalo. Nasuka ako sa harap ng mesa. Nagtayuan ang dalawa kong pinsang babae.

"Yuck!" sabay nilang hiyaw.

Tumakbo na ako sa aking kuwarto. Hindi ko na hinintay na tawagin nila akong weirdo. Isang milyong beses ko na yata itong narinig mula sa kanila mula pa pagkabata namin.

Mabait ang dalawa kong pinsang sina Kuya Anton at Kuya Lee. May kalayuan ang agwat ng edad namin kaya hindi nila ako gaanong pinagkakaabalahan. Lagi lang nilang sinasabi na mahilig akong mag-isa at medyo kakaiba. Bihira ko silang makita dahil noong maliliit pa kami ng mga pinsan kong babae, ipinadala na sila sa States para doon mag-aral ng high school. Masaya ako kapag umuuwi sila dahil marami akong librong pasalubong. Pero madalas silang lumabas kasama ng mga kaibigan nila kaya hindi ko rin sila gaanong nakakausap.

Sina Janelle at Doria ang kababata ko. Magkakasama kami sa isang private school. Alam ng buong school na magpipinsan kami kahit madalas nilang ikaila. Sikat si Janelle dahil maganda siya. Balingkinitan, ubod ng puti, matangkad, tsinita, at mahaba ang buhok. Maraming manliligaw si Janelle. Nasa swimming team naman si Doria at nakakadalawang gold medal at isang bronze na rin siya sa mga interschool swimming competition.

Ako ang walang maipagmamalaki, maliban sa 1st runner-up sa writing competition noong Literature Week. Sabi ni Ms. Canseco, dapat daw grand prize ako kaso nasindak sa kuwento ko sina Sister Anne at Sister Teresa. Blasphemous daw. Ano ba ang masama sa tauhan kong santa na kayang mag-bilocate? May power siyang magpunta sa magkaibang lugar sa magkaparehong oras para manggamot at para kausapin ang mga taong may kailangan sa kaniya. Kung hindi raw iginiit ni Ms. Canseco na fiction ang aking short story, malamang ma-D.A. pa raw ako at sapilitang magkumpisal kay Fr. Alex. Para walang problema, hindi ko na kinuha ang award. Sabi ko, "Thank you na lang po, Ma'am, sasali na lang uli ako next year." Kaya parang hindi pa rin official ang pagka-runner-up ko.

Madalas kong maringgan ng mga panlalait sina Janelle at Doria. Hindi ko sila nagustuhan kahit kailan. Hindi ko malilimutan na pinagtitig-isahan nilang haltakin ang magkabilang ponytail ng buhok ko dati kapag naglalaro kami. Paborito ko ang gayong ayos ng buhok na tinatawag kong tiritit. Tama lang siguro na wala akong kapatid. Wala akong dagdag na sakit ng ulo. Pero minsan, naiisip ko na sana meron para may kakampi ako sa mga laro at sa away. Hanggang ngayon kasi, isinisisi sa akin ni Janelle ang peklat niya sa mukha dahil minsang nag-away kami at nagalit ako, sumigaw ako na sana madapa siya. Ewan ko kung bakit nadapa nga siya matapos kong sabihin 'yun. Plakda siya sa sahig na may pakong nakalawit. Doon nagsimula ang alamat ng aking pagiging mangkukulam. Ngayong malalaki na kami, naisip ko na siguro mabuti nang nangyari 'yun kasi medyo natatakot sila kapag galit na galit na talaga 'ko.

Walang sumunod sa akin sa kuwarto. Alam nina Nanay na gusto kong mapag-isa. Alam nilang hindi ako nasuka dahil sa pagkain kundi sa mga asal ng dalawa kong pinsan sa akin. Minsan naiisip ko kung naiinggit ba ako kina Janelle at Doria. Gusto ko ring maging normal na tulad nila. Para pa ring kinukurot ang puso ko pag naaalala kong binigyan ni Dexter ng card si Janelle nu'ng birthday nito. Siyempre hindi ko alam kung ano ang nakasulat, pero bakit siya nagbigay ng card kay Janelle? Samantalang mas madalas kong kasama si Dexter sa Glee Club. Nag-duet pa kami sa misa pero hindi man lang niya naalala na birthday ko ngayon. Pasko ang birthday ko! Mahirap bang tandaan?

Sabagay, hindi naman talaga kami nag-uusap.

Nilinis ko muna ang sarili sa banyo bago nahiga sa kama. Inabot ko sa may ulunan ang retrato namin ni Lolo Enteng. Tatay siya ng tatay ko. Katutubo, Indio. Ito ang biro ko kay Tatay tungkol sa angkan niya.

Mula sa Bicol ang tatay ko. Pamilya sila ng mga magsasaka at mangingisda.

Manggagamot ang lola ko pero hindi doktor. Hilot ang tawag sa kaniya. Takbuhan siya ng mga tao sa baryo nila kapag mayroong maysakit at kapag may manganganak. Sari-saring langis at halamang-gamot ang kaya niyang gamitin at marunong din siyang magtawas. Katulong siya ng lolo ko sa bukid kapag wala siyang pasyente. Nangingisda rin si Lolo pati na ang mga kapatid na matatanda ng tatay ko. Unang namatay si Lola.

Labing-isang anak ang iniwan niya kay Lolo Enteng. Bunso ang tatay.

Mestisang Tsina naman si Nanay. Negosyante sina Ama at Angkong ko. Purong Tsino si Angkong. Lumikas mula sa Macao ang pamilya nila at dito sa Pilipinas nagtayo ng isang maliit na tindahan hanggang sa lumago ito at naging isang grocery. Sa Pilipinas na napangasawa ni Angkong si Ama. Pilipina ang nanay ni Ama pero sila ang mas mahigpit sa mga pamahiing Tsino.

Magkaibang mundo sina Nanay at Tatay na pinagtagpo ng tadhana. Trabahador ng pamilya nina Nanay si Tatay kaya sila nagkakilala. Hindi naging problema kay Angkong kahit walang dugong Tsino si Tatay. Biro nga niya, tama na raw na singkit din ang mga mata ni Tatay. Si Ama ang sumama ang loob. Ilang taon din na hindi niya kinibo si Nanay. Kaya palipat-lipat kami noon ng bahay. Sa maliliit at masisikip na bahay.

Natutunan ko ang pagtitiis dahil mahirap sina Tatay. Natutunan ko namang maging marangya kapag nasa piling ako ni Angkong tuwing Linggo kapag dinadalaw namin siya ni Nanay. Kahit hindi man lang ako tinitingnan ni Ama kapag nagmamano ako sa kaniya. Ipinapasyal ako ni Angkong sa kung saan-saang mall at kumakain kami sa mga mamahaling restaurant. Pinauuwian din niya ako ng mga bagong damit, sapatos, at gamit sa eskuwela. Kung ano ang mga gamit nina Janelle at Doria, ibinibili rin ako ni Angkong.

Madalas itong pagtalunan nina Nanay at Tatay. Hindi kayang bilhin ni Tatay ang lahat ng mga kailangan namin pero masikap siya at masaya kami. Kaya madalas, nalilito ako kung saang mundo ba ako nabibilang at alin ang pipiliin ko.

Si Lolo Enteng ang madalas na nakikinig at nagtitiyaga sa mga kuwento ko kapag dumadalaw siya sa amin sa Maynila. Binigyan kami ng sariling bahay at lupa ni Angkong, bago siya namatay. Ayaw sanang tanggapin ni Tatay pero ipinilit ni Angkong na para sa akin iyon kaya siya pumayag. Isa pa, bilin din daw iyon ni Ama. Umiyak si Nanay noon. Hindi niya akalaing minahal din pala ako ni Ama at inalala noong nabubuhay pa ito. Hindi na masikip ang bahay namin kaya madalas na napapadalaw doon ang Lolo Enteng. Siya ang unang taong pinagkuwentuhan ko nu'ng una kong makita ang maliliit na tao sa may puno ng bayabas sa likod-bahay. Kumaripas ako ng takbo. Ngunit si lolo ang nagpaliwanag sa akin ng mga bagay na hindi ko dapat kinatatakutan.

"Hindi ka nila aanuhin," alo niya sa akin habang nanginginig ako sa takot. "Nakikipagkaibigan lang ang mga iyon. Kausapin mo, sabihin mo, huwag ka nilang bibiglain. Namana mo 'yan sa lola mo."

Nakakalimutan ko ang mga takot ko kapag inilalabas na niya ang kaniyang hitsuhan. Nakalagay sa basyong Star Margarine. Papahiran niya ng apog ang buyo saka bibilutin nang maliit. Isusubo at ngunguyain iyon na parang pinakamasarap na *dulceng* natikman niya. Gagayatin ang binalumbon na tuyong dahon ng tabako at isusubo. Ihuhuli niya ang pagkagat sa malutong na *bunga*. Magkukulay-lupa ang bibig ni Lolo. Tulad ng taniman niya sa Bicol na madalas niyang ibida sa akin. Lalabas kami ni Lolo sa may hardin dahil kailangan niyang dumura. Nagkukulay-dugo naman ang mga bahagi ng lupang tinatamaan ng dura niya. Nagagalit si Tatay kapag nakikita ang patse-patseng mga dura ni Lolo sa hardin. Magagalit daw kasi si Nanay at pag-aawayan na naman nila ang kulturang probinsiya at kulturang Maynila. Kung taga-Maynila ka, hindi dapat dumura kung saan-saan. May pinatatawad namang lugar ang dura ni Lolo. Ang grotto at ang puno ng bayabas. Sagrado para sa kaniya ang mga ito kaya niya iginagalang. Tirahan ni Birheng Maria ang una at ang ikalawa naman ay tirahan ng mga engkanto.

Namigat na ang talukap ng mga mata ko sa bahaging iyon ng pag-alala kay Lolo Enteng. Isinauli ko na ang retrato namin sa ulunan ng aking kama. Ilang sandali lamang nang maramdaman kong wala ako sa aking kama. Nasa Bicol ako. Alam ko, dahil kitang-kita ko ang Mayon Volcano. Pero lumilipad ako, kasama ang dalawang babaeng may mahahabang pakpak. Kulay rosas ang isa at kulay ubeng mapusyaw naman ang isa.

Hindi ko alam kung paano ako nakalilipad. Basta't nakapagitna ako sa kanilang dalawa.

Pakiramdam ko, kasinlaki rin ako ng mga babae kahit hindi ko nakikita ang sarili kong katawan. Nanduon ako at lumilipad pero parang camera ang kamalayan ko at nakatingin lang sa mga nangyayari. Kinakabahan ako. Dagundong lang ng kaba ko ang naririnig ko. Parang silent movie na ang lahat.

Narating namin ang pinakatuktok ng Mayon Volcano. Malapit na malapit, parang closeup shot. Pinalibutan kami ng mga ulap. Nagparang-salakot ito sa tuktok ng bundok. Ngunit sandali lamang iyon dahil nagkapira-piraso ang mga ulap. Natakpan ang mga mata ko. Inaaninaw ko na lamang ang tuktok ng bundok. Lumakas pang lalo ang kaba ko. Palakas nang palakas. Hanggang sa magka-sound ang pinanonood ko. Isang malakas na pagsabog ang nagpatilapon sa amin ng mga babae. Noon ko lamang napansin na hawak pala nila ang tig-isang kamay ko at nakabitiw ako sa kanila. Nakita ko nang mabiyak ang gilid ng Mayon Volcano. Nagising ako sa panaginip.

Hindi ko naging ugali ang uminom ng tubig matapos magising sa panaginip. Natutunan ko ito kay Lolo Enteng. Kapag uminom ako, babalik daw agad ako sa realidad ng aking mundo nang hindi ko pa napoproseso ang mundong pinanggalingan ko. Sapat nang dilat ako habang ninanamnam ang panaginip. Matagal na akong nasanay sa mga panaginip pero kakaiba ang gabing ito. Trahedya sa lugar nina Lolo. Lalo ko siyang naalala dahil wala nang magpapaliwanag ng panaginip ko sa akin. Tumagilid ako ng higa dahil basa ng pawis ang kanang bahagi ng unan ko. Nang muling dumalaw ang antok, pinilit ko itong labanan dahil ayoko muling mapanaginipan ang pagsabog ng bulkan. Ngunit naramdaman kong may marahang haplos na dumampi sa aking noo.

"Huwag matakot." Parang hangin ang bulong. Saka ako nakatulog.

Umaga na ng kaarawan ko nang magising ako kinabukasan. Pasko. Hindi ko napansin ang mga regalo sa tabi ng kama. Amoy na amoy ang asupre sa loob ng kuwarto ko at may mga alikabok ng abo ang kanang manggas ng T-shirt ko. Pinapagpag ko iyon nang pumasok sina Nanay at Tatay sa kuwarto. Niyakap nila ako at hinalikan. "Happy Birthday at Merry Christmas, anak." Saka pilit nilang pinabuksan ang mga regalo.

Wala naman silang napansing kakaibang amoy kaya hindi na ako nagkuwento ng anuman.

Nasa lilim ako ng puno ng bayabas isang araw nang tawagin ako ni Tatay at sabihing pumutok ang Mayon Volcano. Marami raw kaming kamag-anak na lumikas sa mga evacuation center dahil sa tindi ng pag-ulan ng abo sa kanilang baryo. Eksaktong tatlong buwan noon matapos ang kaarawan ko. Naalala ko ang panaginip. Namutla akong lalo nang sabihin ni Tatay na iyon na yata ang pinakamalakas na pagsabog dahil nabiyak ang gilid ng bulkan. Para akong hindi makahinga sa balita. Nanood kami ng balita sa TV at kitang-kita ko ang eksaktong mga pangyayari sa panaginip ko.

Hindi ko na matiis kaya nagkuwento ako kay Tatay. Tulad ng sinabi ni Lolo Enteng, narinig ko rin kay Tatay na namana ko raw ito sa Lola ko. Ganito raw ang mga panaginip ni Lola. Nalalaman niya ang malalaking trahedya bago pa man dumating.

"Huwag kang matakot." Pamilyar ang mga binitiwang salita ni Tatay ngunit higit akong nangilabot nang kunin niya ang hitsuhan ni Lolo Enteng. Wala akong natatandaang pagkakataon na nagnganga si Tatay. Habang pinapahiran niya ng apog ang buyo, nakita ko ang Lolo. Na kay Tatay si Lolo. Si Lolo si Tatay. Kaharap ko ang Lolo Enteng.

"Ipagdasal mo ang mga trahedyang makikita mo. May lakas ang iyong mga panalangin."

Nang puntahan kami ni Nanay, nabitiwan ni Tatay ang buyo. Para siyang nagising sa pananaginip at nagtatakang itinago ang hitsuhan ni Lolo Enteng.

Tatlong buwan muli makalipas ang panaginip na iyon, nanaginip uli ako. Gabi-gabi naman akong nananaginip pero alam ko na kung alin ang mga dapat kong tandaan, lalo na't alam kong para sa ibang tao.

Nakita ko sina Janelle at Doria sa tabing-dagat pero hindi nila ako nakikita.

Camera uli ako sa panaginip. Naghahabulan sila. Nang magtampisaw si Doria sa tubig, pumula ang tubig. Nagkulay-dugo. Nagising ako.

Naikuwento kinabukasan ni Nanay na kinausap siya nina Janelle at Doria. Nais nilang kausapin ni Nanay ang Auntie Fe para payagan silang sumama sa cruise ng mga kaibigan nila papuntang White Island. Magkakaroon kasi kami ng long weekend dahil Foundation Day break ng school. May mga magulang naman daw na kasama. Naalala ko ang panaginip. Alam kong may dahilan kung bakit ko ito napanaginipan. Ikinuwento ko kay Nanay ang panaginip. Hindi ko alam kung maniniwala siya pero ang sabi ko, mas mainam nang maging maingat. "Wala naman pong mawawala." Hindi umimik si Nanay.

Noong Miyerkoles sa school, sinugod ako nina Janelle at Doria habang nakasubsob ako sa libro ni Edgar Allan Poe sa library. "Naiinggit ka dahil hindi ka namin isasama, 'no? At alam mong kasama si Dexter. Akala mo, hindi ko alam na crush mo siya?" Dinuro-duro ako ni Janelle.

"Hindi kami pinayagan sa cruise, masaya ka na?" sunod ni Doria.

"Quiet girls!" bulyaw ng librarian. Tumahimik ang dalawa.

Pero bago nila ako iniwan, bumulong sa akin si Janelle. "Witch!" Saka sila umalis.

Namanhid na yata ako sa mga panlalait nila. Pero kitang-kita ko ang isang maitim na nilalang na nasa likod ni Doria. Hindi ko alam kung ano 'yun basta't kinilabutan ako nang maramdaman kong may malamig na hanging pumapalibot sa akin na para bang layunin akong proteksiyonan.

Lunes nang mabalitaan kong lumubog ang barkong sinakyan nina Dexter sa cruise. Mabuti na lamang daw at walang nasaktan. Nailigtas ang lahat ng mga pasahero dahil lumubog ang barko sa hindi pa kalayuan. Nagkataon lang kaya o totoo talagang may babala ang aking mga panaginip? Hindi ko masagot dahil wala na ang Lolo Enteng at si Lola na siyang pinagmanahan ko raw ng mga premonisyong ito. Ang alam ko lang, nawala na ang maitim na nilalang sa likod ni Doria nang magdaan ito sa harap ko at sigawan ako ng "Witch!"

Talasalitaan:

ama—lola sa wikang Intsik
angkong—lolo sa wikang Intsik
dulce—matamis sa wikang Kastila

Stainless

Eugene Y. Evasco

Bunso ng aming pamilya ang owner ni Tatay. Nang nakaluwag-luwag si Tatay sa mga gastusin naming magkakapatid, saka niya napagpasiyahang bumili ng sasakyan. Grade 4 ako noon, Grade 3 ang kapatid kong si Shirley, at nasa kinder na si Valentin. Nabibigkis ang ugnayan namin sa mga kilometrong nilalakbay ng aming jeep—sa kapatagan, sa gilid ng bundok, sa kabukiran, sa alikabuking daan sa bayan ng aking magulang, at sa mga lungsod.

Sinasabing nagkaroon ng pakpak ang aming pamilya nang dumating ang jeep. Napupuntahan namin ang mga lugar na nais naming madalaw. Nararating namin ang mga taunang pista ng mga kamag-anak sa lalawigan. Stainless steel ang katawan ng aming jeep. Mula sa lumang kotse ang makina nito kaya hindi nag-iingay ang motor. Lagi itong ipinagyayabang ni Tatay. Hindi raw kakalawangin ang jeep at hindi magkakamantsa kapag naulanan o ibinabad sa araw.

Saksi ang stainless jeep sa mahahalagang yugto ng aming buhay. Kung nakapagsasalita lamang, maikukuwento nito ang mga pagtitipon ng angkan tuwing Undas, anibersaryo, kaarawan, at Pasko. Ito ang naghahatid upang makiramay sa mga kamag-anak na namatayan o makipagdiwang kapag may ikakasal. Madalas, nagiging ambulansiya ang jeep sa aming kalye. Nang manganganak nang wala sa oras si Aling Remy, si Tatay ang napakiusapan para isugod ang manganganak sa ospital. Nang sinumpong ng hika si Mang Tomas, si Tatay muli ang napakiusapan na dalhin ito sa klinika. Si Tatay rin ang naghatid kay Doray nang lumala ang tigdas nito. Naghahatid din ang jeep ng handog ng aming magulang sa kanilang mga ama't ina. Kinarga nito ang telebisyon, bentilador, radyo, at mga kasangkapang pangkusina.

Naging karosa pa ito sa pakiusap ng mga hermana. Iniluklok sa carrier ang imahen ng Birheng Maria sa mga nakalipas na Santakrusan. Kulang na lamang, gamitin ang aming owner ng mga ikakasal sa aming lugar.

Tuwing bakasyon kung tag-araw, nakalulan kaming mag-anak patungo sa malamig na talampas, sa mga aplaya, o sa gilid ng bundok na may maiinit na bukal. Tiyak na sa bawat paglalakbay, dala rin namin ang mga pinamiling prutas, kakanin, gulay, o isda sa palengkeng aming madaraanan. Kung minsan, dahil mahilig sa paghahalaman si Nanay, nakasabit sa jeep ang mga hinugot na punla, tangkay ng halaman, ibinibiting pako, o mga paso ng orkidyas. Maingat na isinasalansan ni Tatay ang sako-sakong pinamili sa carrier ng jeep.

Wala pa mang rehistro at hindi pa tapos ang pagbubuo sa jeep nang iginala ito ni Tatay sa aming kalye. Tila ipinagyayabang niya ang napag-ipunan ng pamilya. Lumabas ng tahanan ang aming mga kapitbahay at napahaplos sa makintab na katawan ng sasakyan, panay ang tanong sa halaga ng stainless jeep. Totoo ngang may ipagyayabang ang Tatay dahil kami ang kauna-unahang nagkaroon ng sasakyang de-makina at may apat na gulong sa aming kalye. Tag-araw noon kaya hindi pa nangangamba si Tatay na mabasa kami kung sakaling umulan. Wala pang bubong ang jeep. Wala pang salamin. Nag-uunahan kaming magkakapatid kung sino ang mauupo katabi ni Tatay. Ngunit kay Nanay na nakalaan ang puwestong iyon.

Inakyat namin ang Antipolo para pabinyagan ang jeep at humingi ng patnubay sa Nuestra Señora del Buenviaje. Paakyat pa lamang ng simbahan, nag-uunahan na ang mga naglalako ng rosaryo, imahen ng Birhen, kuwintas ng sampaguita, suman sa ibus, at minatamis na kasuy. Hilong talilong ang mga potograpo sa pakikipagkasundo sa mga may-ari ng di-binyagang sasakyan. Mabuti't may dalang instamatic na kamera si Nanay kaya agad kaming naligtas sa pakiusap ng mga potograpo. Lahat na yata ng anggulo ay kinunan ni Nanay, habang kami'y nakangiti kasama ng jeep na dinadasalan ng payapang paglalakbay at mahabang buhay sa lansangan. Nagpalakpakan kami nang nabendisyunan ng katuwang ng pari ang aming sasakyan. Agad itong sinabitan ni Tatay ng rosaryo at kuwintas ng ilang-ilang. Ilang araw nga ang lumipas at nakahanay na ang mga larawan ng jeep sa album ng pamilya.

Nagsiksikan kaming mag-anak sa loob ng jeep nang inihatid namin si Tiya Linda patungong Jeddah sa Saudi. Alas-dos pa lamang ng umaga'y naghahanda na si Nanay ng adobo, itlog na pula, at sinaing. Alas-kuwatro nang binagtas namin ang daan, kasama ang jeep na inupahan nina Tiya Linda, patungo sa paliparan. Mabuti na raw ang maaga dahil matrapik sa umaga. Baka maiwan ng eroplano ang aming tiya na nars. Nakapananghali na nang pumaimbulog ang eroplanong sinakyan ni Tiya. Noon lamang kami nakakita ng eroplano sa malapitan.

"Para palang bus," bulong sa akin ni Shirley. "Paglaki ko, gusto kong maging piloto."

"Wala namang babaeng piloto," panunukso ko sa kaniya. "Siguro'y stewardess."

"Stewardess?" pagtataka ni Shirley. Naaninaw ko sa kaniyang mukha ang pagguho ng kaniyang munting pangarap.

"Oo, 'yung serbidora sa himpapawid."

Pagkaraa'y bumalik na kami sa aming jeep. Naroon sina Nanay at abalang naglalatag ng sapin sa nguso ng aming jeep. Dito nila inilagay ang mga ulam at isang kaldero ng kanin. Pagdaka'y pinauna kaming mga bata para pumili ng nais na parte ng adobo. Saka kami umupo sa tabi ng jeep at sumubo. Waring piknik sa paradahan ang nangyari. Amoy na amoy ang lutong ulam ng mga katabing sasakyan. Nagsisikain din ang ibang pamilyang may lumisan ding kaanak.

Gayundin ang nangyari pagkaraan ng tatlong taon. Sinundo namin si Tiya Linda sa kaniyang pagbabalik. Ipinaghanda siya nina Nanay ng mga lutuing hindi niya natikman sa disyerto. Bawal ang karne ng baboy doon. Saka binuksan ang dalawang kahong balikbayan at binigyan kami ng mga tsokolate, kendi, damit, at mga dambuhalang pasas. Iyon daw ang tanging prutas sa disyerto. Pagkaraan ng hatian, inihatid namin si Tiya Linda sa lalawigan. At dahil may kalayuan, baon namin ang mga tirang ulam. Inihinto ni Tatay ang jeep sa gilid ng highway, doon sa medyo nalililiman ng mga puno. Naglatag si Nanay ng sapin at muli kaming nagmeryenda. Naghiwa pa si Tatay ng melon at pakwan para sa himagas.

"Kuyang," may himig pang nahihiya si Tiya Linda kay Tatay. "Magkano ba ang bili ninyo sa stainless jeep?"

Napangiti lamang noon si Tatay. Hindi niya alam ang isasagot. Nahihiya kaya o ayaw ipabatid ang halaga ng jeep? Sa aking musmos na isipan, ramdam ko na waring nahiya si Tatay sa biglaang pag-unlad ng pamilya ni Tiya Linda.

Nakapagpatayo na ito ng dalawang palapag na bahay na marmol ang sahig at nakabili ng mga lote.

"Hu," sagot ni Tatay. "Kayang-kaya mo nang bumili nito. Kahit tatlo pa."

"Balak ko sanang magkapuwesto sa palengke," paliwanag ni Tiya Linda. "Maigi sigurong pangkarga ang jeep, hano? Hindi n'yo ba ito ipagbebenta?"

Biglang tumamlay si Tatay. Para sa kaniya, ang stainless jeep ay hindi lamang pangkarga ng mga gulay at bigas. Pansundo ito sa aming magkakapatid, gamit sa pamamasyal, at katulong sa pamamalengke ni Nanay. May hiwagang nagbibigkis kay Tatay at sa jeep.

"Ginawin pala ito," minsan niyang naibulong sa jeep nang tumirik ito sa gitna ng daan habang mabagsik ang ulan at kaming magkakapatid ang nagsitulak para gisingin ang nahihimbing nitong baterya. Umuwi kaming basang-basa at agad na inutusan ni Nanay na magsiligo para hindi magkasipon o lagnat.

Kapansin-pansin ang pagdagdag sa timbang ni Tatay nang nagkaroon siya ng sasakyang stainless. Sabi ni Nanay, nahiyang daw si Tatay sa jeep. Dati'y siya ang nagbubuhat ng mga bayong sa pamamalengke nila ni Nanay o naglalakad siya papuntang opisina. Maikli ang pasensiya ni Tatay sa mga pila sa tricycle o agawan sa jeep. Nang biniro nga ni Shirley na parang nakalunok ng pakwan si Tatay, agad siyang pinagbawalan ni Nanay. Malaking ginhawa raw kay Tatay ang jeep na iyon. Noong binata pa raw si Tatay, dalawang bundok ang nilalakad niya para lamang makapasok sa eskuwela. Kapag pinapalad, pinaaangkas naman siya ng mga drayber sa trak ng mga gulay o mga kakataying manok. Gayon din, tandang-tanda ko, noong nag-iisa pa lamang nila akong anak, nakipagsiksikan kami sa papaluwas na bus patungong lalawigan. Bisperas iyon ng Pasko at alas-kuwatro pa lamang ng umaga'y nagkakasagutan na ang mga pasahero sa mga sumisingit sa pila.

"Nakaluwag-luwag lamang ang inyong tatay," paliwanag ni Nanay sa amin. At sa kaluwagang iyon ni Tatay, napabilang kaming magkakapatid— nakalagay ang aming mga pangalan sa makintab na balat ng jeep. Sa harap ng jeep, nakapinta ang unang titik ng pangalan ni Tatay, may puso sa gitna, at ang unang titik ng pangalan ni Nanay.

❧

Nasa ikatlong taon na ako ng high school nang naglakas-loob akong sabihin kay Tatay na hindi na ako magpapahatid-sundo kapag pumapasok sa paaralan. Hindi sumagot si Tatay at saka niya binuhusan ang mga bula sa gulong ng jeep. Hilig niyang paliguan ang jeep niya. Katwiran ko'y mga bata lamang ang hinahatid ng mga magulang. Sina Shirley at Valentin lamang ang kailangang ihatid. Ang problema, pareho na kaming nasa high school ni Shirley. Dagdag gastos kay Nanay na pabaunan pa niya ako ng pamasahe gayong araw-araw naman kaming maihahatid ni Tatay.

"Bakit hindi ka na lang sumabay?" sabad ni Nanay na nagtataka.

"Siguro'y may sinusundo at hinahatid na si Kuya," panunukso ni Valentin sa akin. Sino kaya ang tinutukoy niya? Si Candice o si Krissie?

Iyon nga ang hindi ko mabanggit na katwiran. Sa aming barkada, ako ang may tatay na nagmamaneho ng owner. "Stainless ito, ha?" Naririnig ko pang pagyayabang noon ni Tatay sa mga kakilala. Ang mga magulang ng aking barkada'y may sasakyang bahagi ng aking panaginip—CR-V, Pajero, Expedition, Adventure, Prado, RAV 4, Starex, at Crosswind. Hindi ko maipaliwanag ang pagnanais na maihatid man lang ako ni Tatay ng ganitong mga sasakyan. O kaya'y makapagmaneho ng magagarang sasakyan, iyong makintab na makintab, at titigil ang trapiko kapag pinaharurot sa lansangan. Iyon bang maligayang magpapasagasa ang sinuman sa minamanehong sasakyan. Hindi tulad ng aming stainless owner, baka nga hindi magpapasagasa ang masasagasaan.

Sabi ni Raymond, mag-aaral na raw siyang magmaneho para pagtuntong ng kolehiyo'y makapagmamaneho na siya nang sarili. Pangako ng tatay niya na ibibili siya ng sasakyan, kung pumasa siya ng quota course sa UP. Sorpresa kung ano ang modelo. Kaya naman niyang pumasok ng UP pero hindi siguro sa campus ng Diliman o Manila. Si Jude nama'y nakapagmamaneho na ng kanilang CR-V. Kasa-kasama lang ang kanilang drayber. Saka ang ruta'y laging kanilang tahanan patungong eskuwelahan. Sa aming magkakabarkada, si Jude ang nahuhuli sa karakas at tangkad. Pero ewan, tuwing nakikita siya sa paaralang nagmamaneho ng kulay pilak na CR-V, nangunguna siyang heartthrob sa aming klase. Napili pang escort ni Mimette sa Intramurals. Ilang milyong pogi points ba ang halaga ng CR-V? O ang magandang tanong, ilang milyong negatibong pogi points ang magmaneho ng owner? Kung siguro magmamaneho si Jude ng chedeng o Jaguar, baka mapili pa siyang Prom King. Ako nga'y hindi siguradong makakasama. Minus pogi points ang mag-taxi papuntang hotel. Diyahe namang makisabay kina Gerry.

Hindi naman kami mahirap.

Si Tatay kasi. May ipon naman siguro siya. Puwede naman niyang pag-ipunan kahit man lang FX. Kung isangla niya kaya ang aming jeep? Puwede namang ianunsiyo sa *Buy and Sell*. May bibili naman kaya?

Sa pagkakaalam ko, sa ibang bansa, kapag tatlong taon na ang sasakyan, pinapagpahinga na ito sa junk shop. O sinisilaban. Mahilig kasi si Tatay magtago ng mga luma. Pati mga lumang lampin namin, nakatago pa. Ilang taon na ba ang aming jeep? Maglilimang taon na. Pero ang makina siguro'y mga walong taon. Ewan ko ba naman kay Tatay. Bakit kasi hindi siya pumunta ng Saudi? Pinigilan pa niyang mag-alaga si Nanay ng matatanda sa Canada. Siguro'y nakakapagmaneho na ako ng automatic na Honda Civic. Sina Tiya Linda nga, nakabili ng Vitara. Pinagsawaan ng tatlong taon at ngayo'y naka-Pajero na. Kung nag-Saudi siguro si Tatay, maihahatid ko si Candice sa kanilang tahanan, kahit araw-araw pa. O kaya'y makakapag-mall kami kapag Sabado. Bad trip ang walang wheels.

🌿

"Hindi ka na ba talaga sasabay?" Ikawalong tanong na sa akin ito ni Tatay habang inaayos ang antenna ng kaniyang jeep.

"Mamamasahe na lang po ako," tugon ko na hindi tumitingin sa kaniya at agad naglakad patungong hintayan ng tricycle.

Habang binabagtas ko ang aming kalye, kita ko ang pagsikip sa aming lugar. Ginawa nang garahe ng mga kapitbahay ang sidewalk. Double-parking ang mga sasakyan. Paano kung magkasunog? Hindi makadadaan ang trak ng bumbero. Huwag naman sana. Dati, tricycle lamang ang sasakyan nina Mang Tomas. Ngayon, asensado na sila, naka-Adventure na. Sina Aling Aida, nagka-FX na sa pagkakarinderya. Mayroon pang dalawang kotse na pantaxi. At sa paglalako ni Weng ng insurance sa mga opisina, nakabili kahit segunda manong Lancer na box-type.

Inaamin kong nami-miss ko ang mga paos na balita sa radyo habang nagmamaneho si Tatay tuwing umaga. Pero kahit anumang ayos ni Tatay sa jeep, lagyan man niya ng pekeng logo ng chedeng, hindi pa rin maikakaila ang edad at anyo nito. Tagtag na tagtag kasi sa biyahe. Alikabukin na ang trapal. Kinakalawang na ang tambutso. At nakalaylay na ang plaka na ibinuhol lamang ng alambre. Noong isang linggo, hindi ako sumama sa kanila sa pagpunta sa Star City. Baka makita ako ng barkadang nakalulan sa jeep namin. Alaskador kasing lahat sila. Pati si Gerry. Baka banatan pa naman ako ng mga biro; ang biro pa naman sa kanila ay totoo. Sapol na sapol.

"Alam mo, Phillip, iwan n'yo lang ang jeep ninyo sa harap ng city hall," banat ni Gerry noon nang nakita niyang hinatid ako ni Tatay, "aakalain na ng mga turista na sasakyan iyon ni Manuel Quezon."

Umugong ang malusog na halakhakan.

Dinagdagan pa ni Raymond, "Sabihin mo, puwede namang i-donate sa National Museum. Cultural heritage iyan." Grade 5 kami noon at halos katatapos lang ng field trip sa Maynila.

Tinangka ko minsang sabihin kay Tatay kung ano ang pakiramdam ng aircon, automatic, at 4 x 4 na sasakyan. Itinaon ko talagang nasa telebisyon si Brad Pitt, astig na astig ang pagharurot ng bagong modelong Toyota Altis sa madulas na daan.

"Makiangkas ka sa barkada mo para malaman mo," malamig na wika ni Tatay at hindi inalis ang titig sa harap ng telebisyon.

Iyon na ang simula ng hindi pag-imik sa akin ni Tatay. Kukumustahin pa niya ako kay Valentin gayong nasa isang hapagkainan lang kami. Bibigyan niya ako ng baon pero ipapaabot pa niya kay Shirley. "Baka gusto ni Phillip ng palitaw," sabi niya kay Nanay gayong alam naman niyang paborito ko ito mula pa pagkabata.

Minsan, naabutan ko siyang nagbabasa ng diyaryo. Mahilig si Tatay magbasa ng classified ads. Libangan nila ito ni Nanay. Kunwa'y bagong graduate sila at maghahanap ng unang trabaho. Sabi noon ni Nanay, "Naku, hindi ako matatanggap at kailangang computer literate daw." Ang totoo'y hindi papasa si Nanay sa age requirement. Bakit kaya ang mga babae'y malihim sa kanilang mga edad?

"Pakinggan n'yo ito," malakas na pahayag ni Tatay at ginuhitan ang anunsiyo sa peryodiko. "Nangangailangan daw sa Dubai ng accounting clerk. Ano sa tingin mo, Shirley? Ikaw, Valentin? Mawawala muna ako ng limang taon para maibili ko si Phillip ng Expedition." Sapol ding magparinig minsan si Tatay.

"May Expedition na kami!" Napalundag si Valentin at tila nanalo ng jackpot sa huling bola ng lotto.

❧

Hirap akong makatulog. Isang linggo na akong ganito. Nakapikit akong ang liksi-liksi ng aking isipan. Kahit maligo pa ako, patayin ang ilaw, tumutok sa bentilador, o uminom pa ng isang basong gatas.

Paano ko ba ililibing sa mga kumot at unan ang aking mga panaginip? Lagi'y kumikinang sa aking guniguni ang kotse ni Tom Cruise sa *Mission Impossible*. Humaharurot naman ang BMW Roadster ni James Bond. Idol ko pa naman si Pierce Brosnan. Sarap sigurong mag-Tagaytay gamit ang bagong labas na Volks. Ano kaya kung makipagkarera akong mala-*Fast and the Furious* sa kahabaan ng EDSA? Ano kaya at lapitan ko si Candice at ayain sa Graduation Ball? Hindi na siguro niya ako tatanggihan kapag nakita niyang nakapulang Altis ako. First love daw niya si Brad Pitt.

Ilang taon kaya akong mag-iipon para makabili ng auto? Kahit segunda mano lang, okey na. "Magtapos kayo para mabili ninyo ang mga luhong hindi namin maibibigay." Ito lagi ang sermon ni Nanay kapag nangungulit si Shirley ng bagong modelo ng cellphone na may video camera.

Kumuha kaya ako ng med tech sa kolehiyo? Ayaw ni Nanay. Gusto niyang mag-political science ako para mag-abogasya. Si Kuya Hilario, pinsan kong nag-med rep, binigyan ng company car sa pag-aahente ng mga gamot. Ayaw ko namang magtinda ng gamot at magpamudmod ng libreng tabletas sa mga doktor.

Kung magpagawa kaya ako ng pekeng diploma sa Recto? BS Mechanical Engineering ng isang di-kilalang kolehiyo sa lalawigan ang itatala sa dokumento. Ginamit ito ni Boyet kaya natanggap maging mekaniko sa Taiwan. Mapag-aaralan naman ang pagkukumpuni. Nag-automotive naman ako. Ilang taon lang, nakabili na si Boyet ng sarili niyang Adventure. Ang nagagawa nga naman ng lakas ng loob. Kulang yata si Tatay no'n. Madalas ko itong marinig na sumbat ni Nanay kay Tatay. Ewan ko lang kung hanggang ngayon, sinisisi pa niya si Tatay at wala pa silang naipupundar na sariling lote at bahay. Ayaw naman ni Nanay na magpa-five six. "Hindi sinasamantala ang desperasyon ng mga tao," sabi niya minsan.

Sumali kaya ako sa pakontest sa telebisyon? Mag-ipon kaya ako ng mga pakete ng instant noodles para lumahok sa bola ng Expedition? Hanapin ko kaya ang aking dream car sa likod ng mga tansan? Magpadala kaya ako ng wish kay Vicky Morales? *Dear Wish Ko Lang, Ako po si Phillip Mondragon ng Cubao. Masugid po akong tagasubaybay ng inyong programa.* Cut to: Ako na naglalakad sa mahabang kalye, pudpod ang aking sapatos at nahuhukot sa bigat ng dinadalang bag. *Panganay na anak at magtatapos sa high school.* Cut to: Marungis na ako, puno ng grasa ang braso sa pagkukumpuni ng makina sa aming automotive class. *Alam kong ang ligaya ay hindi materyal o salapi ang batayan.* Dissolve to: Ako na naglalakad sa parking lot ng mall; matamlay na nakatingin sa malalaking kotse. Cut to: Ako na nakaupo sa sidewalk ng EDSA; naluluha habang papalubog ang araw. *Pero libre naman ang mangarap kaya lulubusin ko na.* Cut to: Ako na may hawak na susi ng kotse, pinauulanan ng mga papel na bulaklak. Naghihiyawan at nagpapalakpakan ang mga tao. *Pudpod na ang aking paa, kinakalyo na ang aking palad sa pagsabit sa jeep.* Montage: Ako na humahabol sa bus. Ako na nakasabit sa jeep. Ako na nakikisiksik sa tricycle. Ako na kay bagal na naglalakad. *Kaya ang hiling ko ay magkaroon ng kotse tulad ng aking barkada. Ako lang ang naiiba sa kanila. Si Tatay kasi, ipinagdaramot ang stainless jeep niya. Malapit na kasi ang aming Graduation Ball. Ayoko namang magtaxi.* Cut to: Ako na hinahabol ni Tatay, sakay ng kaniyang lumang owner. Reaction shot: Ako na nabigla. Agad-agad, tinakbuhan si Tatay. *Lubos akong umaasa sa inyo. Kayo ang aking pag-asa. Parang awa n'yo na, bigyan ninyo ako ng sasakyan. Huwag lang iyong arkilado. Ngayon lang ako muling maniniwala sa katulad ninyong fairy godmother. Huwag ninyo akong bibiguin.* Cut to: Ako na kagigising pa lamang. Nasa pinto ng aking kuwarto si Vicky Morales; ngiting-ngiti kahit hindi pa ako nakakapagmumog at nakakapagsuklay. Nasilaw ako ng mga ilaw. Naluluha na si Nanay. Hahatakin ako ni Vicky sa aming garahe. Ligid ang aming tahanan ng nakangiting usisero; kakaway-kaway pa sa kamera para ma-discover ni Kuya Germs. Pinapapikit ako. Pagdilat, kita ko ang sasakyang nakabalot pa. Marahang tinanggal ng mga crew ang sapin. SFX: Umalingawngaw ang gong. Bulaga! Bagong linis ang aming stainless owner-type jeep. Ipagmamaneho ako ni Tatay.

Kandong niya si Valentin. Nakasakay ang aking barkada. Sabi nila, dadalhin ang jeep sa Intramuros. Inay ko po! Voice-over: Wish ko lang!

🍃

Nahawa na ako kay Tatay. Naalala ko noong minsang naipit kami ng trapik sa Mandaluyong. Itinuro ko ang magagandang sasakyan. Sina Shirley, Valentin, at Nanay naman ang nag-uunahan sa pagtukoy kung ano ang sasakyang iyon. Biglang babanat si Tatay. Kung ano-anong haka niya, na kadalasa'y krimen, kung paano iyon nabili ng may-ari.

"Drug lord iyan. Namimirata iyan ng mga CD at DVD. Jueteng lord iyan. May factory sila ng shabu. Smuggled lang iyan. Carnap lang iyan. Gobernador kasi. Hiram iyan sa city hall. Anak kasi ng congressman." Tatawa-tawang banggit ni Tatay. Nakurot tuloy siya nang di oras ni Nanay.

Matalas na kritiko si Tatay ng mga kotse. Madiwara daw ang mga iyon. Kailangan pa ng insurance at mahal sa maintenance. Lagi'y sinasabi niyang pantaxi lang ang ganitong sasakyan na sa tingin ko'y napakadisente naman. 'Yung tipo ba ng sasakyan na pang-date at pang-hotel. Para raw FX ang ganito, matakaw sa gasolina ang ganyan. Mahirap kumuha ng spare parts ang modelong iyon, pang-goons daw ang hitsura ng modelong ito.

Ang stainless kaya ni Tatay? Masusuri kaya niya ang sariling sinasakyan? Bakit pa kasi dinala ng mga Amerikano ang jeep noong digma sa bansa? Hindi na nakuntento sa mga kanyon, bala, pulbura, at baril.

Kung ako si Tatay, titiisin ko ang magtrabaho sa disyerto, tulad ni Tiya Linda. Hustong makapagtapos ako, maghahanap ako ng mainam na trabahong nagpapasahod ng dolyar. Ibibili ko si Nanay ng kotseng gusto niya. Abang-aba ang hitsura ni Nanay matapos magbiyaheng gamit ang aming jeep—makapal ang alikabok sa mukha, makintab ang noo sa lagkit ng pawis, langhap ang usok ng lansangan, at kapit na kapit sa damit ang amoy ng gasolina.

🍃

"Walang halaga ang klase ng sinasakyan," pangaral sa akin ni Tatay nang tinanggihan ko ang alok na turuan akong magmaneho. "Ang mahalaga'y marating ang nais mong mapuntahan."

Gayon nga ang nangyari. Madaling-araw iyon. Dinig sa magkakatabing tahanan sa aming kalye ang hilik ng mga nahihimbing. Nakahihiyang kumatok para sa tulong. Kung ano-ano na ang binabanggit ni Tatay sa taas ng kaniyang lagnat. May nainom yatang masama o nakagat ng lamok. Naluluha na si Nanay sa pagpupunas ng basang bimpo sa katawan ni Tatay. Kay init ng kaniyang balat pero tila nanginginig sa ginaw.

"Tumawag ka ng taxi, dali," utos sa akin ni Nanay.

Alas-tres na yata ng umaga iyon. Malayo pa ang lalakarin bago makapunta sa kalyeng madalas daanan ng taxi. Mabuti kung hintuan ako ng taxi. Hindi naman ako mukhang holdaper. Balita pa na may gumagalang asong ulol sa daan. Marami ring nauulol matapos mag-inuman. Kakatok na sana ako kina Mang Tomas nang dali-daling kinuha ni Shirley ang susi ng aming jeep. Walang ano-ano'y ginising si Tatay at inilulan sa sasakyan. Binuksan ni Nanay ang kandado sa tarangkahan. Sumakay ako sa likod ng jeep habang pinaaandar na ni Shirley—ang aking kapatid na binawian ko minsan ng pangarap maging piloto—ang sasakyan. Inalalayan ni Nanay si Tatay habang nagmamaneho si Shirley. Hindi man lang nataranta si Nanay. Maingat, tinitimpla ang pagmamaneho, may kabagalan ang takbo ni Shirley hanggang sa marating namin ang emergency room ng klinika.

Nakahinga ako nang maluwag nang nakaparada na ang aming jeep at tumigil ang motor nito. Bilib ako sa aking kapatid. Nakapagmaneho siya nang walang umaalalay.

"Nasa tabi ko kasi si Tatay," sabi niya na halos maluha. Kapwa kami nagtataka kung ang luhang iyon ay dulot ng karamdaman ni Tatay o sa pangamba na baka may disgrasya kaming masalubong sa pagmamaneho ni Shirley.

"Kailan ka pa natutong magmaneho?" nagtatakang tanong ko sa aking kapatid.

"Matagal na," sagot niya na pinagpapawisan pa ang kamay sa manibela. "Ikaw lang naman ang ayaw. Nagtampo tuloy sa iyo si Tatay."

✿

Maaga akong sinundo ni Raymond ng bago niyang Jimny. Palibhasa'y pumasa ng biology sa Diliman at ipinagyayabang ang regalo ng tatay niya.

Okey na rin kay Nanay na mag-sociology ako. Pinasadya pa niya sa Lucban ang barong ko para sa aking pagtatapos. Second choice ang kinaya ko sa eksamen. Mabuti na rin kaysa lumagpak. Malaking pasasalamat at makakasama ko pa rin si Candice. Film major na siya sa pasukan.

"Baka malimutan mo ang toga," paalala ni Nanay habang pinabaunan pa ako ng puting panyo. Magpapaparlor pa siya mamaya. Sana'y hindi mapaglaruan ng mga tagaparlor ang buhok niya.

"Kita-kita na lang tayo sa hall," sabi ko kina Nanay. Abala naman si Shirley sa pagluluto ng spaghetti para sa salusalo namin pagkatapos ng programa. Masusi namang sinusuyod ni Tatay ang classified ads.

"Paangkas naman ako," biro ni Valentin kay Raymond.

Eksakto sa oras ang programa. Parang eksena sa PTA meeting ang paligid. Kunsabagay, para naman sa magulang ang ligaya sa pagtatapos ng kanilang mga anak. Kung hindi lang nagtakda ng bilang ng panauhin, baka nakasama pa ang mga kaanak ng ibang magsisipagtapos. Nakalipas na ang graduation march at hindi ko pa nakikita sina Tatay at Nanay sa hanay ng mga upuan. Inisa-isa ko ang mga panauhin pero nanlabo ang aking paningin sa mga ilaw na nakatutok sa entablado. Nahuli kaya sila? Sayang naman at nagpatahi pa si Nanay ng bagong bestida. Pagkaraan ng pambansang awit, nagsalita na ang aming panauhing pandangal. Laman ng talumpati niya ang maikling paggunita sa aming paaralan hanggang sa mahalal na mayor. Ipinakilala pa niya ang mga proyekto para sa lungsod. Ang aga namang mamulitika. Malayo pa ang eleksiyon at ilang taon pa ang hihintayin bago kami makaboto.

Tinawag na ang buong klase para kunin ang mga diploma. Hinanap kong muli sina Tatay. Hayun, nasa ibaba ng entablado si Nanay at nakahanda na ang instamatik. Tinawag ang aking pangalan. Nagklik ang mga kamera ni Nanay. Bahagyang nanlabo ang aking mata sa flash. Hinanap ko si Tatay pero tinawag na ng emcee ang bagong magtatapos. Kinamayan ako ng mga guro sa entablado. Walang tigil ang pagkuha ni Nanay ng mga retrato. Ipina-video naman ni Raymond ang programa. Honor graduate kasi. Hihingi na lang ako sa kaniya ng kopya.

Inawit namin ang tradisyonal na awit ng pagtatapos. "Sumapit na ang takdang panahon ng ating paghihiwalay. Ang tatahakin nating landasin, panibagong buhay ..."

Sa huling pagkakataon, namuno si Mrs. Pambid sa panata para sa eskuwela. Sabi niya'y "Karangalang nakamtan, ialay sa bayan." Nagpalakpakan ang lahat. Inihagis namin sa ere ang aming mga toga. Naluha naman ang iba. Nilapitan ako ni Nanay at kinunan ako ng magandang anggulo sa malapitan.

"Nasaan si Tatay?" nagtatakang tanong ko kay Nanay.

"Naiwan sa labas," agad niyang tugon. "Baka raw makarnap ang ating owner." Nakuha pang magbiro ni Nanay saka niya ako hinalikan. Lumapit ako sa barkada. Kumuha muli ng mga larawan si Nanay. Kinamayan ko si Candice. Hindi ko siya nakilala sa kaniyang kolorete. Pinaglaruan yata ng mga tagaparlor.

"Nagmukha kang tao, a," biro niya. "Grads gift ko?"

Saka ko inabot ang maliit na kahon. Siya lang ang nakakaalam ng nilalaman no'n. Pinag-ipunan ko rin naman iyon.

Sa covered walk na muli kaming nagkita ni Nanay. Nakahilera sa labas ang magagarang sasakyan. Pasiklaban ang nangyari sa car park. Nagpaalam sa akin si Raymond. Mauuna na raw sila. Kumuha muli ng retrato si Nanay. Kasama sina Candice, Raymond, Jude, at Gerry.

Sumunod ako kay Nanay papunta sa nakaparada naming jeep. Parang walang saysay ang okasyon kung wala si Tatay. Ipapakilala ko pa naman sa kanila si Candice.

"Hindi mo ba siya nakita?" pagtataka ni Nanay. "Nakaupo siya sa tabi ng mga alalay ng mayor. Kung nakita mo, ang yabang-yabang sa barong niya."

"Congratulations!" Ibig kong maluha ng mga sandaling iyon. Sa tabi ng aming owner, naghihintay sina Tatay, Tiya Linda, Lolo, Valentin, at Shirley. Ginusot ni Tatay ang aking buhok.

"Magkakabalakubak ka sa gel na iyan," sabi niya saka ako niyakap. "Sige ka, maaga kang makakalbo."

Mabilis kong ipinakilala si Candice sa kanila. Ano kaya ang sasabihin ni Candice sa aming jeep? Ewan. Mabuti't napasagot ko na. Wala nang urungan. Magiliw naman siyang tinanggap at pilyo ang ngisi ni Valentin. Nagpaalam si Candice matapos muling kumuha ng retrato si Nanay. Nakapuwesto kami sa tabi ng jeep.

"Sino ang tumao sa bahay?" tanong ko.

"Dumating ang mga pinsan mo," sabi ni Nanay. "Gigimik daw kayo mamaya."

"O halika na," pag-aaya ni Tatay. "Baka lumamig na ang mga handa." Nilapitan niya ako. Ngayon lang muli nangyari iyon mula nang hindi ako sumabay sa kaniyang owner. Kinuha niya ang aking diploma at saka binasa.

"Ano, sasabay ka ba sa amin?" pagtitiyak niya.

Nagsiksikan na sila sa loob. Pumuwesto na si Nanay sa likod, tila sinasabing sumabay na ako. Bakante ang upuan sa tabi sa harapan. Pinaandar na ni Tatay ang makina. Ngayon ko lang napansin na bagong linis ito. Makintab na makintab ang stainless sa tama ng papalubog na araw. Katulad pa rin ito ng dati, noong bago ito dumating sa amin. Maaaring makapanalamin sa balat ng jeep. Bukas na ang stereo sa loob nito.

"Hintay, sasabay ako."

Multo
Susie R. Baclagon-Borrero

Hindi ko naman malalaman na may multo sa bahay namin kundi ko narinig ang usapan nina Mommy at Ate Cherry.

Panganay kong kapatid si Ate Cherry. Nakapag-graduate sa college pero dahil isang artist, pinili niyang maging work-at-home wife siya at soon-to-be work-at-home mother. Sa kabilang kanto lamang sila nakatira ng asawa niya. Kaya madalas siyang bumisita sa amin.

Papasok na ako sa bahay nang hapong iyon nang narinig ko si Mommy. Sa boses na di ko mawari kung nag-aalala o natatakot, sabi niya, "Diyos ko, pasado alas-singko na. Baka kung ano na—"

"Mommy!" saway ni Ate Cherry. "Huwag ka namang ganyan." At parang nakahinga siya nang maluwag nang makita ako sa may pinto. "O ayan, Mommy," sabi niya, "hindi ka na dapat matakot."

"Saan?" pagtataka ko habang nagmamano kay Mommy.

"Ba't nga ba ngayon ka lang?" tanong naman ni Mommy sa 'kin. "Kanina pang alas-dos ang uwian ninyo."

Kinuha ko ang hawak na basahan ni Mommy at inilapag sa mesang pinupunasan niya. "Nag-library po kasi kami ni Leila. Di ba nabanggit ko na po na may research paper kaming isa-submit sa Economics next week?"

"Sana, sinabi mo sa 'kin kanina bago ka pumasok."

Napakamot ako sa ulo. "Nakalimutan ko po kasi," saka ko ipinahabol, "saka minamadali mo na po ako sa pagpasok kaninang umaga, e."

"Bakit di ka tumawag o nag-text kaya para sabihin na mahuhuli ka ng uwi?"

"Mommy, sorry talaga," saka ko siya hinalikan, "hindi na po mauulit, promise!"

"Missy, tandaan mo 'yang promise mo," sabi naman ni Ate Cherry ngunit nakatingin kay Mommy, "para di nagpaparamdam ang multo ni Mommy."

"Ano—" gusto kong malaman kung ano ang ibig sabihin ng kapatid ko ngunit hindi ko naituloy ang tanong dahil pinagsabihan agad ako ni Mommy na magpalit na ng damit-pambahay.

Mabilis akong nagbihis para makausap si Ate Cherry. Ngunit nakauwi na pala siya. Tinulungan ko na lang si Mommy sa paghahanda ng hapunan. Hindi ko na siya tinanong tungkol sa multo niya. Umaliwalas na kasi ang mood siya.

🌿

Nalimutan ko na ang multo ni Mommy. Marami kasi akong inaalala ngayong graduating na ako sa high school. Sangkatutak na school work. Assignments. Projects. Club meetings. Research. Pero okey lang. Nag-e-enjoy naman ako.

"Dahil kay Jason," sabi ni Leila.

"Tumigil ka!" natatawa kong saway sa best friend ko. "Eto nga't hanggang patingin-tingin lamang ako."

Ngayon lamang na Fourth Year na kami naging magkaklase ni Jason. Ang gago, biglang naging cute! Kuminis ang mukha niyang dati'y tadtad sa pimples. Bumagay sa kaniya ang haircut na semi-kal. Nagkaroon din ng konting laman ang dibdib niya. At higit sa lahat, naging crush ng bayan dahil captain ball na siya ng basketball team ng school.

"Ewan ko nga ba kung bakit naman sinasamahan pa kita para panoorin ang praktis ng moklog na 'yan," kunwari'y inis na sabi ni Leila.

Tinawanan ko lang si Leila. "Oy, hindi lamang ako ang nagnanasang maging papa si Jason, ha," pagtatanggol ko sa sarili. Sa klase lang namin, lima kaming may crush kay Jason. Ang nakaiinis pa, 'yung apat na 'yon, kinakausap niya!

"Mukha ka raw kasing suplada," sabi ni Leila.

Paano naman nalaman ito ni Leila?

"Sinabi niya sa 'kin."

Nakasakay pala ni Leila si Jason sa dyip nang umagang iyon. Siyempre, magkaklase, nagkakuwentuhan sila. At—kinilig ako rito!—ako ang pinag-usapan nila. "Nagtatanong siya tungkol sa 'yo," sabi ni Leila, "at alam ko rin naman na gusto mong may malaman siya tungkol sa 'yo, di ba?"

Dahil sa pag-uusap nilang iyon ni Leila, nagkaroon ng lakas ng loob si Jason para makipagkaibigan sa akin. At, wow! Heaven talaga ang feeling ko mula noon. Nagkaroon ng magandang dahilan para mag-stay ako sa school after classes. Hindi na ako basta nanonood ng praktis ni Jason sa basketball. Ako na ang sabi niya'y inspirasyon sa kaniyang paglalaro. Kapag walang praktis, di matapos-tapos ang aming kuwentuhan dahil ang dami pala naming puwedeng pag-usapan. Magkasama kami tuwing lunch break. Sabay kaming umuuwi at inihahatid niya ako hanggang sa sakayan ng dyip.

"Missy, di ba nag-promise ka kay Mommy na magsasabi ka kung male-late ka ng uwi?" paalala ni Ate Cherry.

"Ate naman! Late na ba 'yung six o'clock?"

"Magsabi ka sa Mommy," mariin niyang sagot sa 'kin, "nang hindi naman siya natatakot rito."

Ay, ang multo ni Mommy! Nagpaparamdam pa pala. Kaya siguro lagi ko siyang dinaratnan na "tensionific."

May pagka-cool sa 'kin si Mommy bago siya nawalan ng trabaho isa't kalahating taon na ang nakararaan. Dalawampung taon din siyang secretary sa pinapasukan niyang kompanya noon. Ni sa hinagap ay hindi niya marahil naisip na maaalis siya sa kaniyang trabaho. Sa pagtagni-tagni ng mga pag-uusap nila ni Daddy—hindi kasi ako isinasali sa mga ganitong usapan dahil bata pa raw ako—nalaman kong nagkaroon ng krisis pinansiyal ang kompanya. At dahil dito, narinig kong sinabi ni Mommy na nagpasiya ang management na magkaroon ng "reengineering." (Paliwanag sa 'kin ni Ate Cherry, ang reengineering ay pagsasagawa ng mga hakbang para maisaayos ang kalagayang pinansiyal ng isang kompanya.) Isang hakbang sa reengineering ng kompanya nina Mommy ang nakaapekto sa kaniyang pagtatrabaho. Ito ang "right-sizing." (Mula kay Ate uli, ang right-sizing ay salitang pampalubag-loob para naman sa pagbabawas ng tao.) Nagpasiya ang kompanya na ang trabaho ni Mommy ay "non-essential." Sa madaling salita, hindi na kailangan ang serbisyo niya sa kompanya.

Nakatanggap si Mommy ng malaking separation pay mula sa kompanya. Sa palagay ko'y malaking halaga talaga kasi "Mrs. Milyonarya" ang pabirong tawag sa kaniya ni Daddy. Itinabi niya ang malaking bahagi sa bangko. Bumili siya ng treasury bills. Inilagay ang iba sa time deposit. "Ayoko naman na kung kailan pa tayo matanda saka pa tayo aasa sa ating mga anak," sabi niya kay Daddy.

Nag-invest din siya sa pyramiding—sa kabila ng di pagsang-ayon ni Daddy. Hinimok si Mommy na sumali sa pyramiding ng isang kasama sa opisina na tulad niya'y natanggal din sa trabaho. Sa malas, nabiktima siya ng pyramiding scam. Nalugi si Mommy ng humigit-kumulang sandaang libong piso!

Mula noon, ilang beses ko siyang nakikitang parang nakatingin sa kawalan ngunit ang mga mata'y puno ng mga alalahanin. Minsan nga'y nangingilid ang mga ito sa luha. Nawalan siya ng gana sa maraming bagay—pati sa panonood ng telebisyon!

Labis kaming nag-alala kay Mommy. Halos araw-araw ay dinadalaw siya ni Ate Cherry. Tinuruan pa nga siyang mag-cross-stitch para malibang-libang at maalis sa isip ang mga alalahanin niya. Ilan ding cross stitch projects ang sinimulan ni Mommy. Pero ako ang tumapos ng lahat ng ito. Paano, nakikita kong naaalikabukan lang ang mga ito sa ibabaw ng coffee table.

Isip nang isip si Daddy ng magandang proyekto para kay Mommy. "Bakit hindi ka magbukas ng kainan?" himok niya isang araw. Mahilig magluto at masarap magluto si Mommy. Mabilis na nag-second the motion si Ate Cherry sa bright idea ni Daddy.

"'Wag na. Malaki rin ang kailangang puhunan doon." Sa halip, nagpasya si Mommy na magpirmi sa bahay. "Panahon na rin marahil," sabi niya kay Daddy habang nakatingin sa 'kin.

Mula noon, lahat ng gawaing-bahay—pati 'yung mga naka-assign dati sa amin ni Daddy—ay ginagawa ni Mommy. Parang wala siyang kapaguran. Laging may ginagawa. Ibinuhos ang lahat ng oras niya sa pamilya, lalong-lalo na sa min ni Daddy.

❦

Kahit bihira nang mabanggit ni Ate Cherry ang multo ni Mommy, alam kong umaali-aligid pa rin ito kay Mommy. Pag-ring lang ng telepono, ikinaka-tense niya.

"Relaks, Mommy," alo ko sa kaniya. "Si Jason 'yan."

Aba, nagulat ako sa reaksiyon niya. Parang nakakita ng multo.

"Jason na naman?"

"'Yung classmate ko po," paalala ko sa kaniya dahil itinanong na niya kung sino si Jason nang una itong tumawag sa bahay.

Cordless ang telepono namin kaya doon sa kuwarto ko kinakausap si Jason. Mga thirty minutes pa lang kaming nag-uusap ay pumasok na sa kuwarto si Mommy. Dati'y kumakatok siya bago pumasok pero naisip ko, baka biglang natakot sa kusina kaya ganoon ang iginawi niya.

"Oy, Melissa, ang mga assignments mo! Nagawa mo na ba?" Pasigaw pa siyang nagtanong.

"Opo. Sa school," sagot ko, tinatakpan ang mouthpiece ng telepono.

"Kaya naman pagdating mo sa bahay, 'yang telepono ang aatupagin mo," paangil ngayon ang tono niya. "Maghapon akong nag-iisa sa bahay. Pero pagdating mo, para pa rin akong walang kasama rito!" Tinalikuran niya ako bago ako makasagot.

Nakahihiya kay Jason. Narinig niyang pinagagalitan ako ni Mommy. Mabuti na lamang at understanding siya. "Pagpasensiyahan mo na ang mommy mo," alo niya sa akin. "Natatakot siguro siya kapag nag-iisa sa bahay ninyo." Naikuwento ko na kay Jason na minumulto si Mommy.

❦

"Salamat, Leila." Halos gabi-gabi na lamang ay tinatawagan ni Mommy ang best friend ko, gaya ngayong gabi. "Nandito na siya," sabi niya.

"Missy, napapadalas na ang pag-uwi mo nang late." Mahinahon ang pagkakasabi ni Daddy sa akin ngunit may bahid ito ng pagpuna.

"Sorry, Mommy, Daddy."

"Alam mo ba kung anong oras na?" tanong ni Mommy.

"Wala pa naman pong alas-otso." Hindi siya umimik kaya nagpatuloy ako. "Kayo naman, e," sabi ko sa pinakamalambing kong boses, "ang iba ko nga pong kaklase, pasado alas-otso kung makarating sa bahay nila."

"Melissa, magbihis ka na!"

Teka, bakit tila yata nagtaas ng boses si Daddy?

Bago ako umakyat, kinuha ko ang telepono.

"Melissa! Telepono na naman!"

Eto na naman kami ni Mommy.

"At sino ang tatawagan mo? Si Jason na naman?"

Nagbilang ako nang mahina. Isa. Dalawa. Tatlo. Apat. Lima. Huminga ako nang malalim bago nagsalita. "Si Leila po ang tatawagan ko. Saka wala pa po si Jason sa bahay nila."

"At paano mo nalaman?"

"Kasama ko po si Jason kanina. Nagpasama ako sa bookstore kasi kailangan kong bumili ng red ballpen."

"Bakit, wala bang mabibili diyan sa tindahan sa kanto?"

Alam ko kung saan patutungo ang usapang ito kung papatulan ko pa si Mommy. Ipinagpatuloy ko ang pagbibilang nang mahina. Anim. Pito. Walo. Siyam. Sampu. Huminga ako nang malalim para maging mahinahon ang pagsasalita ko. "Sige po, magbibihis na ako."

Hinarap ni Mommy si Daddy. Pasigaw pa rin, "Iyan ang ikinagagalit ko! Kinakausap mo, idi-dismiss ka nang basta-basta."

Iyan din naman ang ikinaiinis ko! Madalas na pinag-uusapan nila ako ni Daddy na parang wala ako sa harapan nila.

"... ako na ang bahala sa anak mo," mahinahong sabi ni Daddy kay Mommy. "Relaks ka lang, okey?"

Pihadong nagparamdam na naman ang multo ni Mommy. 'Yang multo ni Mommy—ito ang may kasalanan ng lahat e!

🌿

"Anak, ano mo na ba si Jason?" tanong ni Daddy na di ko alam kung bakit niya naitanong. Ni hindi pa nga nababanggit ni Mommy ang pangalan ni Jason mula nang umuwi ako.

"Anak?"

Noong bata ako, pag may tinatanong si Daddy sa 'kin—halimbawa, ano ang gusto kong birthday gift—titingin lang ako kay Mommy at siya na ang sasagot para sa akin. Parang lambingan naming tatlo ito. Tiningnan ko si Mommy. Gusto kong siya ang sumagot sa tanong ni Daddy. "Mommy ..."

Nagkibit-balikat si Mommy. "Missy, hindi ko alam ang isasagot. Wala ka nang sinasabi sa 'kin."

Anong hindi niya alam? Hindi pa ba niya alam kung ano ko si Jason? Gabi-gabi, kausap ko sa telepono. At noong isang araw, nakita kong binabasa niya ang text messages ni Jason na naka-save sa cellphone ko. "Honey Bunch, Honey Bunch pa!" sabi niya sa sarili saka inihagis sa sofa ang cellphone ko.

Hindi ko inalis ang tingin ko kay Mommy. Ngunit mukhang hindi niya sasagutin si Daddy. Sa mahinang-mahinang boses, sabi ko, "Kami na po ni Jason."

Hindi nagbago ang mukha ni Daddy. Pero si Mommy, parang maiiyak na ewan. Para pa yatang nakakita ng multo sa akin.

Sa anu't anuman, nagkamali yata ako nang aminin ko na kami na ni Jason. Parang ang multong nagpaparamdam kay Mommy ay nagpakita na rin sa kaniya.

❧

Hindi ko na alam kung saan ilalagay ang sarili ko. Para akong multong kinatatakutan.

Si Leila. Feeling ko, iniiwasan ako. Hindi ko malaman ang dahilan. Akala ko ba'y best friend ko siya. Dati, sinasamahan niya akong manood ng praktis sa basketball ni Jason. Ngayon, laging may idinadahilan. Magre-research siya—maniwala naman ako sa kaniya! May lakad sila nina Beng at Elvie— at ni hindi man lamang ako inaaya! Pinauuwi siya nang maaga ng nanay niya—nagpaparinig pa yata sa 'kin, hmmp! Kinakausap naman niya ako pag tinatawagan ko siya sa telepono pero sandali lang, "Missy, basta gusto mo nang tawagan si Jason." Diyos ko naman, tatawagan ko kaya siya kung ayaw ko siyang makakuwentuhan? At gusto ko siyang makausap, 'no? May mga bagay na mas masarap ikuwento kay Leila kaysa kay Jason.

Si Daddy. Hindi na niya ako inuuwian ngayon ng fishballs, siopao, o kornick. Wala na rin 'yung kaniyang "How's school?" tuwing darating mula opisina. Sa may pintuan pa lamang, una na niyang tanong sa 'kin, "Bakit ngayon ka lang?" At pag kakausapin ako, nauuwi ito sa mga paalala. "Melissa, tandaan mo, sixteen ka pa lamang. Hindi ka pa tapos ng high school." Diyos ko naman, sa araw-araw na pagpapaalala niya sa akin, malilimutan ko pa ba ito?

Si Mommy. Mas lalong humirap ispelingin. Lagi na lamang niyang ikinakabit ang pangalan ni Jason sa lahat ng ginagawa ko. At pagdating ng alas-dos, wala nang tigil 'yan sa pagte-text sa 'kin. "Saan ka na? Be home early. Pauwi ka na ba?" Talo pa niya ang isang police investigator kung tanungin ako sa mga ginagawa ko. Diyos ko naman, ano ba naman ang gagawin kong taliwas sa kagandahang-asal?

At si Jason. Halos lahat na yata ng oras ko ay para sa kaniya . Nagtatampo si Leila sa 'kin dahil sa kaniya. Kinukulit ako ni Ate Cherry sa promise ko kay Mommy dahil sa kaniya. Madalas akong paalalahanan ni Daddy dahil sa kaniya. Lagi na lamang akong pinagagalitan ni Mommy dahil sa kaniya. Kailangan pa ba niya akong tanungin nang tanungin kung mahal ko siya? Diyos ko naman, ako ba'y ganoon sa kaniya kahit nakikita kong marami ang may crush sa kaniya?

Nasaan ba ang multo ni Mommy? Siya na lamang ang kakausapin ko. Baka siya pa ang makaunawa sa akin.

Nag-away kami ni Mommy. At simple lamang ang dahilan. Di sinasadyang nakita niya ang result ng isang quiz ko sa Algebra. Ang malas naman, bagsak ako rito. Aba, na-highblood na! Ang dami-rami nang sinabi sa 'kin.

Nagkasagutan kami. Sinigawan namin ang isa't isa. "Diyos ko naman, magkaroon ka ng nanay gaya ng Mommy ko!" ngitngit na ngitngit kong sabi sa kaniya. At sinampal niya ako. Sinampal ako ni Mommy. Sinaktan ako ni Mommy.

Maging si Daddy ay nagulat sa ginawa ni Mommy. Ni hindi niya nagawang pigilin ang paglapat ng palad ni Mommy sa pisngi ko. Niyakap na lamang niya ako hanggang sa matapos akong umiyak. Sinabi pa niya, "Unawain mo ang mommy mo, Melissa. Tingnan mo, mahal ka ng mommy mo."

Gusto kong sabihin kay Daddy na nang nag-aaway kami ni Mommy, hindi si Mommy ang nakita ko. Hindi ko kilala ang babaeng nasa harap ko. Para siyang sinasapian ng sarili niyang multo. Natakot ako kay Mommy. Ayoko muna siyang makita kaya tumakbo ako sa aking kuwarto.

"Missy, gusto mo bang kausapin ang ate mo?" masuyong tanong ni Ate Cherry habang hinahaplos-haplos ang buhok ko. Siguradong pinapunta siya rito ni Daddy.

At bakit pa niya ako kakausapin ngayon? Tuwing magkikita kami rito sa bahay, isa lamang ang sinasabi niya sa 'kin. "Missy, 'yung promise mo kay Mommy, tandaan mo."

"Sixteen si Mommy nang maging boyfriend niya si Daddy." At si Daddy, eighteen naman. Two years after, nagtanan silang dalawa. "Nabuntis kasi—sa akin."

Hindi ito naikuwento sa 'kin. Siyempre, ang mga bagay na ito ay usaping pangmatanda at hindi ikinukuwento sa 'kin.

Umupo ako sa kama at hinarap si Ate. "At dahil sixteen din ako ngayon, natatakot siyang matutulad ako sa kaniya?" tanong kong nang-uusig.

"Natakot din siya nang mag-boyfriend kami ni Dave noong third year high school ako," dagdag ni Ate sa sinabi ko.

Bakit ganoon si Mommy? Mas nakatatakot nga noon si Ate Cherry dahil fifteen lang ito noon—mas bata pa kaysa akin! At si Ate, OA to the max noon ha! Akala mo, ang mundo niya'y umiikot lamang kay Dave. "Akala ko nga si Dave ang mapapangasawa mo?"

"Bata ka pa noon, a, pero naisip mo 'yon?" saka siya ngumiti ngunit matipid na ngiti. "Kung sabagay ..."

Araw-araw, nasa bahay namin si Dave na minsan nga'y naisip kong wala siguro itong kasama sa bahay kaya walang naghahanap sa kaniya. Gabi-gabi, kausap siya ni Ate sa telepono. Ibababa lamang ni Ate ang telepono—at padabog pa!—para lamang matigil na si Mommy sa kakatalak sa kaniya! Konting tampuhan nila ni Dave, nagkukulong si Ate sa kuwarto. Hindi makausap nang maayos, ayaw kumain, iyak nang iyak.

"Kaya nga natakot din si Mommy na maaga rin akong mag-aasawa," sabi niya. "Pero kahit noon, hindi ko naisip 'yon. Alam kong magiging mahirap ang buhay namin ni Dave kung gagawin ko 'yon." Naikuwento sa kaniya ni Tita Leslie (nakababatang kapatid ni Mommy) ang dinanas nina Mommy at Daddy noong mga unang taon nila. Kahit buntis—at matapos manganak—ay nagpatuloy si Mommy sa pag-aaral. Ayaw pumayag ni Lola Mely na tumigil siya. Kailangan siyang makapag-college para magkaroon ng magandang trabaho dahil para na rin iyon sa kinabukasan nila nina Daddy at Ate Cherry.

"Bakit kayo naghiwalay ni Dave?"

Nag-isip nang matagal si Ate, parang ibinabalik ang panahon. "Alam mo, hindi ko talaga alam," sabi niya. "Hindi naman kami nag-away pero nagkasundo kami na maging friends na lamang." Ngunit sa breakup nila ni Dave, nakapag-isip-isip si Ate. Nakita niya na ang laki ng ipinagbago niya. "Kahit ako, hindi ko na kilala ang sarili ko. Para akong sinapian ng isang multo."

Hindi ako nakatulog sa pag-iisip sa sinabi ni Ate Cherry. Seryosong pag-iisip ang ginawa ko. Hindi ako nagpaistorbo sa pag-ring ng telepono nang mag-aalas-onse na. (Alam kong si Jason 'yon at nagtataka siya kung bakit hindi ako tumatawag sa kaniya.) Ni hindi ako nag-reply sa text messages niya sa 'kin. Gusto ko lamang mag-isip. Madaling-araw na nang dalawin ako ng antok.

Tinanghali ako ng gising kaya hindi na ako pumasok sa eskuwela. Nag-text na lamang ako kay Jason na may sakit ako. Hindi ako lumabas ng kuwarto kahit narinig kong nagpaalam si Daddy kay Mommy. "Hayaan mo na lamang bumawi ng tulog," sabi niya. "Sigurado akong napuyat 'yan." Pinaalalahanan din niya si Mommy na magpahinga. "At bawasan mo 'yang pag-iisip mo ng kung ano-ano."

Lumabas ako sa kuwarto nang kumalam ang aking sikmura. Nasa likod-bahay si Mommy. Umuugong ang washing machine. Alam kong narinig niya ako nang nasa kusina na ako. Ngunit ni silipin ako'y hindi niya ginawa.

Nakapatong sa dining table ang diyaryo para sa araw na iyon. Ang headline: nadakip ng mga awtoridad ang isang "pyramiding queen." Nabasa na kaya ito ni Mommy?

Tumimo sa isip ko ang sinabi ni Ate Cherry nang nakaraang gabi. "Masyado akong wrapped up noon sa bago kong mundo." Ito ang mundong kanilang dalawa lamang ni Dave. Ipininid niya ang pinto ng kanilang mundo. Nalimutan niya na siya ay bahagi pa rin ng iba pang mundo, gaya ng aming pamilya. Bahagi siya ng aming pamilya kaya kailangan pa rin niyang maging bahagi ng mga gawain ng aming pamilya. Ngunit naging insensitive siya rito. "Okey lang ang lahat ng ito sa 'kin—'wag lang si Dave ang magtampo sa 'kin." Marami siyang ginawa noon na ginawa niya dahil ayaw niyang magalit si Dave. At marahil ay ganoon din si Dave. Kumikilos siya ayon sa inaakala niyang gusto ni Ate Cherry. "Hindi na namin namalayan na naging ibang tao kami kahit sa isa't isa. Pakiramdam ko, may lumukob na multo sa akin."

Bago kami naging close ni Jason at maaga-aga pa akong umuuwi, lagi kaming nagkukuwentuhan ni Mommy. "Over talaga kayong dalawa," natatawang puna ni Ate Cherry. Lahat ay puwede naming pagkuwentuhan, pati buhay ng mga paborito naming tauhan sa mga sinusubaybayan naming telenovela. Kapag pagod si Mommy, tatawagin niya ako't magkukuwentuhan kami. Madalas, sinasabi niya sa 'kin, "Missy, nakawawala ka talaga ng pagod!" saka niya ako yayakapin at hahalikan.

Ipinagtitimpla ko ng coffee si Mommy nang pumasok siya sa kusina. Inabot ko ang tasa sa kaniya. Nakita niya ang diyaryo na binabasa ko. Napabuntonghininga siya. "Kumita naman ako riyan ng 30 thousand noong simula," sabi niya. "Malay ko bang patikim lang 'yon? Naipalugi ko tuloy ang pang-aral mo." Saka niya ininom ang kape.

"Mayroon naman po akong college education plan, di ba?"

"Baka kasi gusto mong mag-master's pagkatapos mong mag-college," sagot niya, "at hindi rin naman biro ang laki ng tuition fee sa higher education." Iniisip niyang mas gaganda ang career ko kapag may master's degree ako. Mas mataas ang magiging posisyon ko sa pagtatrabahuhan ko, "di tulad ng sa akin na puwede palang alisin kahit pa ganoon katagal ang inilagi ko sa kompanya," sabi ni Mommy na wala nang patid ang pagtulo ng luha.

Kinuha ko ang hawak niyang tasa at inilapag ito sa mesa. Umupo ako sa kaniyang kandungan at niyakap ko siya, "Kung sasabihin ko ba pong okey lang 'yon, aalis 'yang multo mo?"

Ngumiti si Mommy—'yung ngiting pagkatamis-tamis na nami-miss ko rin pala.

"Okey lang 'yon, Mommy," sabi ko na pa-kenkoy-kenkoy pa.

"Hindi okey 'yon," sabi niya pero wala nang himig ng pagkalungkot kahit pa humihikbi siya, "ngunit magandang aral ang nangyaring iyon sa 'kin—at sana'y sa inyo rin ng Ate Cherry mo."

Matagal din kaming nagyakap ni Mommy. Nang magbitaw kami, nag-sorry ako sa kaniya. Ganoon din ang ginawa niya sa 'kin.

Tinulungan ko siyang maghanda ng tanghalian namin. Habang naghihiwa ng sibuyas at kamatis, kinumusta ko sina Janice at Jun. "Anak, matagal nang nagtapos ang *Winter Sonata*." Marami pa kaming pinagkuwentuhan. Para kaming magkaibigan na matagal na di nagkita kaya kailangang mag-catch up sa buhay-buhay namin.

Nag-ring ang telepono nang nananaghalian kami.

"Si Jason?"

"Si Leila po." Saka ako kumuha ng pitsel ng malamig na tubig sa refrigerator. "Pupunta po siya rito mamaya para pakopyahin ako ng mga notes sa klase. Mabuti naman, na-miss ko rin po si Leila."

Ngumiti lamang si Mommy. "Si Jason?" parang nananantiya niyang tanong.

"Tatawagan ko po siya mamayang gabi," sagot ko habang iniaabot sa kaniya ang ulam. "Pero ngayong araw, gusto ko lang makipagkumustahan sa inyong lahat."

Alam kong hindi pa rin magiging okey ang takbo ng lahat. Narito pa rin ang mga multong aali-aligid sa 'kin. Sigurado akong nagagalit na sa 'kin si Jason dahil hindi ko siya kinausap kagabi. Magtatampo pa rin sa 'kin si Leila paminsan-minsan. Tuwing magkikita kami ni Ate Cherry, ipaaalala niya "ang promise mo kay Mommy, ha?" Paaalalahanin at paaalalahanan pa rin ako ni Daddy. At magtatalo pa rin kami ni Mommy.

Masaya at exciting ngunit nakatatakot din ang bagong yugtong ito ng buhay ko. Maraming multo sa paligid. Okey lang kung magparamdam ang mga ito sa 'kin. Ngunit hindi ako makapapayag na sapian ako ng isa man sa kanila. Mahalaga para sa akin na maitaboy ang mga multong ito. At alam kong magagawa ko ito kung hindi ko ipipinid ang pinto ng aking bagong mundo.

Ligaw na Piraso ng Jigsaw Puzzle
Ana Celina M. dela Peña

Berto

Nabasa ko sa isang magasin na mas maraming babae ang naghahanap ng magandang ugali sa isang lalaki kaysa magandang mukha o katawan o kahit makapal na pitaka. Kalokohan. Bakit hanggang ngayon wala pa rin akong girlfriend? Limang babae na ang niligawan ko, ni isa sa kanila, hindi ginantihan ang aking tapat na pagtingin.

Oo, natutuwa sila sa akin tuwing humihirit ako. Sabi nila, magaling akong magpatawa. Kahapon sa chemistry class, halos malaglag na sa upuan ang mga kaklase at titser ko sa katatawa nang ipaliwanag ko sa kanila ang isang madaling paraan para maalala ang Table of Elements sa pamamagitan ng isang song and dance number to the tune of "Butsikik" ni Yoyoy Villame. Marami na ring mga babae ang lumalapit sa akin tuwing mayroon silang problema. Sabi kasi nila, magaling daw akong makinig at magbigay ng payo. Noong isang linggo lang, tinawagan ako ng kaklase kong si Janice sa telepono, umiiyak dahil nag-break sila ng boyfriend niya. Siya ang pinakaunang babae na niligawan ko at pinakauna ring bumasted sa akin. Buti, di tulad ng ibang mga babaeng niligawan ko at bumasted sa akin, kinakausap pa rin niya ako. Dahil daw sa akin, nagbati ulit sila ng boyfriend niya. Masaya naman ako dahil natulungan ko sila.

Hindi rin naman ako bobo. Kasama ako sa honor roll at laging pambato ng klase tuwing may competition tulad ng quiz bee.

Pero bakit itong si Bianca, na mag-iisang taon ko nang nililigawan, ayaw pa rin akong sagutin? Para saan pa ang lagi niyang pagsama at pakikipag-usap sa akin sa telepono? Kung minsan, siya pa ang tumatawag, ha.

44

'Yung ibang babaeng niligawan ko, sa oras na manligaw ako, lumalayo na sa akin. Pero itong si Bianca, kung umasta, parang friends pa rin kami.

Bianca

Friends lang talaga kami ni Berto at first. Nagsimula kaming maging close nang naging magkagrupo kami sa English play namin. Romeo and Juliet ang play namin no'n. At dahil gusto naming gawing medyo comedy, si Berto ang naging Romeo, at ako si Juliet. I mean, sa'n ka ba naman nakakita ng Romeo na chubby at ma-pimples?

Naging close agad kami. Tawag ko nga minsan sa kaniya, Romeo; at ang tawag naman niya sa akin, Juliet.

Nagulat na lang ako nang aminin sa akin ni Berto na may gusto siya sa akin. Isang araw, uwian, hinatid niya ako sa gate. As usual, pinapatawa niya 'ko. Pinapatunayan niya sa akin na 'yung purple na maskot ng McDonald's ay isang kamote. At talagang ipinaglalaban niya. Kahit tawa na ako nang tawa, seryoso pa rin siya na para bang kaso sa korte ang idini-defend niya.

Diyan magaling sa Berto. Nagpapatawa na, seryoso pa rin ang mukha. Halos maiyak na nga ako sa katatawa. Siya lang ang nakakapagpatawa sa akin ng gano'n.

Tapos, bigla niya 'kong tinanong kung puwedeng manligaw. Hindi ko na maalala kung ano'ng sinagot ko. Basta ang naaalala ko, tumawa ako nang malakas na malakas. Hindi ko naman sinasadya. Nataranta ako. Isa pa, sanay talaga akong tumawa tuwing kasama ko siya. Parang instinct na lang.

No'ng una, pakiramdam ko kinaibigan niya 'ko dahil meron siyang hidden agenda. Pero gusto ko mang umiwas at magalit sa kaniya, hindi ko magawa. Naniniwala rin naman kasi ako na talagang naging tapat siyang kaibigan. Siguro'y na-develop na lang siya. Isa pa, masyado siyang masayang kasama at kausap. Kung hindi lang siya lalaki at nanliligaw, masasabi ko talagang best friend ko siya.

Berto

Ang mas malabo: no'ng tinanong ko sa kaniya kung puwede akong manligaw, tumawa lang siya. Nang malakas! Sampal sa mukha 'yung tawa na 'yon. Pero, na-relieve ako. Inaasahan ko kasi, magagalit siya, sisigawan niya 'ko, magwawala, at magwo-walkout.

Hanggang ngayon, hindi ko alam kung ano na ba talaga ang gusto niyang mangyari. Kung okey nga lang ba talaga sa kaniyang manligaw ako o kung friends na lang kami. Hindi ko naman siya matanong uli dahil halos maihi na nga ako sa salawal nang umamin ako sa kaniya, baka matuluyan kapag binanggit ko ulit sa kaniya 'yung isyu na 'yon.

Pero ang sa 'kin lang, kung ayaw niya sa akin, sabihin na niya. Masyado niya 'kong pinapaasa. Minsan, pakiramdam ko, nagmumukha na 'kong tanga. Bertdey niya, reregaluhan ko siya. Valentines, reregaluhan ko siya. At siyempre, paminsan-minsan, kahit walang okasyon, reregaluhan ko rin siya. Aba, mauubos ang baon ko at mamamayat ako para lang makabili ng Ferrero Chocolates para sa kaniya. 'Yung hugis puso ang kahon.

Minsan, nagreklamo ako sa best friend kong si Ysa. "Bakit ba ganyan kayong mga babae? Ang hirap n'yong ispelingin."

Minsan na rin akong tinawanan ni Ysa. "E, kung naiinis ka, bakit ka pa nanliligaw?"

"Eto, sabihin mo nga sa akin. Totoo bang ugali ang hanap n'yo sa mga lalaki?"

Hindi nagdalawang-isip si Ysa. "Ako, oo. Ewan ko sa ibang mga babae. E, bakit kayong mga lalaki? Ang hanap n'yo naman sa babae, magandang mukha at 'yung seksi."

"Oy. Hindi, a. Gusto ko si Bianca dahil sa ugali niya." Biniro ko siya, "Palibhasa, ang daming nanliligaw sa 'yo at pakiramdam mo, kaya ka nililigawan dahil seksi't maganda ka. Uy, hindi, 'no!"

Akala ko, maiiyak si Ysa sa mga oras na 'yon. Pero inirapan niya lang ako.

Hindi ko na kailangang bawiin ang mga sinabi ko. Gano'n naman kami lagi ni Ysa. Mas masakit pa nga ang mga panlalait niya sa akin dahil totoo. At least, ang mga panlalait ko sa kaniya, pareho naming alam na hindi totoo.

"Seryoso na. Bakit ba gano'n si Bianca? Kung ayaw niya sa 'kin, bakit hindi pa niya sabihin?"

"Dalawa lang 'yan," sabi ni Ysa. "Isa—at mas malamang, totoo—natatakot siyang saktan ka. Nag-iisip pa siya ng paraan kung paano ka niya ibabasted. Kaya kung ako sa 'yo, pangalagaan mo 'yang pride mo at ikaw na ang kusang umalis. Pangalawa, maaaring gusto ka rin niya, pero hindi niya matanggap, o nagpapakipot lang ..."

Okey na sana, e, kaso biglang dinagdagan pa ni Ysa ng pangatlong posibilidad na nagpaisip sa akin. "O... maaaring pinaglalaruan ka niya. Alam mo naman kaming mga babae. Gusto namin ang nafa-flatter."

Bianca

Alam kong napakasama kong tao. Wala na nga akong balak sagutin si Berto, hindi ko pa kayang sabihin sa kaniya. Sa totoo rin kasi, parang ayoko ring sabihin sa kaniya kahit kailan.

Sanay naman akong mang-turn down ng lalaki, kaya hindi 'yon ang problema. Minsan nga, meron akong manliligaw na aamin pa lang na gusto niya ako, inunahan ko na at sinabing meron akong gustong iba.

"Makakahanap ka rin ng iba, Paul," sabi ko sa kaniya. Nang sumunod na school year, lumipat na siya ng school at wala na akong balita sa kaniya.

Pero si Berto, hindi ko magawa-gawang bastedin. Parang ... ayoko siyang mawala. Ayokong tumigil siya sa panliligaw. Dahil sa lahat ng mga nanligaw at naging boyfriend ko, si Berto lang ang talagang sincere at loyal. Feeling ko talaga, prinsesa ako kapag kasama ko siya. Sa lahat ng minahal at hindi ko minahal na boyfriend, ni isa sa kanila, walang naging ganoon sa akin.

Kung minsan, naiisip kong sagutin na si Berto. Lahat ng hahanapin mo sa isang boyfriend ay nasa kaniya na. Maliban na nga lang sa isang bagay. At 'yon ang dahilan kung bakit hindi ko siya makayang sagutin: hindi siya guwapo.

Pa'no ko siya maihaharap sa mga naging boyfriend ko? Lalo na kay Mark, 'yung lalaking talagang minahal ko pero iniwan ako. E, talagang walang sinabi si Berto sa hitsura ni Mark. Pa'no ko siya maihaharap sa mga kaibigan ko?

Isang araw, pasimple ko silang tinanong kung ano'ng gagawin nila kung sinagot ko si Berto ... 'yung pabiro lang. Lahat sila, sabay-sabay na sumigaw ng "'Wag!" Parang nakakita ng malaking daga.

Hindi naman mukhang aswang si Berto. Hindi naman siya ubod ng pangit. Pero hindi siya guwapo. May reputasyon din naman ako sa school. Isa pa, talagang hindi kami bagay. Maputi ako, matangkad, payat, at laging maayos at malinis ang katawan. Si Berto, walang pakialam kung ano ang suot niya. T-shirt, pantalon, ayos na sa kaniya. Ni hindi man lang siya nagje-gel. Hindi rin siya gaanong maputi at medyo oily ang face at may mga pimple. Oo, matangkad siya at matangos ang ilong ... pero, hindi siya 'yung tipong lalaki na masasabi mong guwapo sa unang tingin. Parang ... gugguwapo lang siya kapag nakilala mo siya. Sa school namin, physical appearance lang ang basehan ng pagkatao mo.

Berto

Malapit na ring maubos ang aking pasensiya. Baka nga tama si Ysa. Baka nga pinagtitripan lang ako ni Bianca. Siguro, pag talagang nabutas na ang pitaka ko o kung nakahanap na siya ng bagong alipin, saka niya 'ko didiretsuhin—Buti nga kung diretsuhin pa niya 'ko.

Mabuting tao naman si Bianca. At seryoso akong nagustuhan ko siya dahil sa ugali niya. Oo, aminado akong napansin ko siya dahil maganda siya. Pinakamagandang babaeng nakita ko, kung tutuusin. Pero, kahit na nauubos ang kalahati ng lunch break niya sa pakikipagtsismisan at paglalagay ng makeup sa CR, hindi rin siya tulad ng karamihan ng magagandang babae sa school namin (na kabarkada rin niya).

Unang-una, hindi siya bobo. Importante sa kaniya ang pag-aaral.

"Kaya gusto kitang kasama, e," sabi niya minsan sa 'kin nang tinutulungan ko siya sa book review niya ng *Iliad* ni Homer para sa klase. "Hindi ko makausap 'yung mga kabarkada ko tungkol sa mga ganitong bagay, masyado ko raw pinapasakit ang mga ulo nila."

Pangalawa, hindi siya mapanlait tulad ng mga kabarkada niya. 'Yon bang pinagtatawanan lahat ng mga lalaking makakapal ang salamin, binahayan na ng taghiyawat ang mukha, at makakapal ang nguso dahil sa braces. Nilalapitan pa nga niya sila para makipagkuwentuhan.

Kaya kahit sabihin sa akin ni Ysa na tulad lang ako ng ibang mga lalaki na ang hanap ay looks, hindi totoo 'yon.

Pero siguro nga kailangang sumuko na 'ko. Pangalagaan ko naman ang pride ko. Medyo malaki na rin ang pinuhunan ko kay Bianca. At kung gusto niya talaga ako, matagal na niya 'kong sinagot.

Solb na akong magkaibigan kami. Kaysa naman panghabambuhay niya 'kong iiwasan at hindi papansinin.

Bianca

Alam kong pinapaasa ko lang si Berto tuwing nagiging mabait ako sa kaniya at tuwing tinatawagan ko siya. Pa'no naman kasi, ayoko nga siyang mawala. Gusto ko namang masuklian ang lahat ng ginagawa niya para sa akin kahit papaano.

Litong-lito na nga ako. Alam kong mahihirapan akong maghanap ng tulad niya kung hindi ko pa siya sagutin ngayon. Pero naman, Lord, hindi ba puwedeng mas guwapo? 'Yung maipagmamalaki?

Naisip ko nang bigyan siya ng makeover. Bibili kami ng bagong wardrobe para mapalitan na 'yung mga pantalon niyang gulanit na ang mga laylayan at mga T-shirt na mayroong mga butas dahil sa mga langgam. I-e-enrol ko siya sa gym na pinupuntahan ko at sabay kaming magwo-workout. Ipapa-derma at parlor ko rin siya para naman bumagay ang haircut niya sa shape ng face niya ...

Pero, sa ugaling gano'n ni Berto, hindi 'yon papayag. Masyado siyang simple. At matalino si Berto; malalaman niya kaagad kung ano'ng ginagawa ko. Ma-o-offend 'yon. Kahit na alam kong mabait siya at gagawin niya halos lahat para sa akin, may prinsipyo rin 'yon.

Pero hindi naman masama 'yung ipapagawa ko sa kaniya kung saka-sakali, di ba? Ibibili ko siya ng slacks at mga polo na medyo fit. Dapat light ang colors para hindi siya umitim lalo. Siyempre, kailangan mag-workout siya para mag-fit sa kaniya 'yung mga polo. Ipapa-relax namin 'yung buhok niya at gagawing layered para kapag i-run niya 'yung fingers sa buhok niya, maganda ang bagsak, parang sa mga commercial ng shampoo. At kung papayag siya, ipapa-derma ko na rin siya. Ipapa-bleach namin ang balat niya para medyo pumuti siya. Makakabuti pa nga sa kaniya 'yon.

Berto

"I quit!" Pumasok ako sa opisina ng school paper namin at naupo sa tabi ni Ysa. "O sige na! Titigilan ko na ang panliligaw kay Bianca. Wala na rin namang mangyayari ..."

Hindi tumigil si Ysa sa pagkakalikot sa keyboard. "Sus. Ilang beses ko na bang narinig 'yan?"

"Hindi, Ys, seryoso na 'to." Halos malaglag na ang suot na salamin ni Ysa sa lakas ng pagkayugyog ko sa kaniya. "Wala na 'tong atrasan. Kakalimutan ko na siya."

"Bahala ka. Good for you." At bumalik ang tingin ni Ysa sa monitor ng *computer*.

"Ano? 'Yon lang ba ang masasabi mo?"

Click ng mouse. "Importante 'tong ginagawa ko."

"Mas importante sa 'kin?"

"Oo."

Nakita ko ang repleksiyon ng iskrin ng computer sa salamin niya. "E nagso-solitaire ka lang naman, e!"

Bianca

Nanaginip ako kagabi. Tawa raw ako nang tawa. Parang no'n lang ako naging masaya. Tapos, biglang nakita ko ang katabi ko: si Berto. Nagising ako, nakangiti. Pakiramdam ko, it's a sign.

Pero hindi puwede. Ayoko. Hindi ko dapat masyadong binibigyan ng kahulugan ang mga panaginip. Kung minsan lang talaga, kung ano-ano ang tumatakbo sa subconscious ng isang tao.

Berto

Bago ko kalimutan si Bianca, kailangan munang may malaman ako. Para lang magkaroon ng closure.

Tinanong ko si Bianca, harapan, kung okey lang ba sa kaniya na maging *kami*. Mukhang matapang, pero sa totoo, nangangatog na 'yung mga tuhod ko. Para bang sinasabayan ng drumroll ng mga tuhod at puso ko ang sagot niya.

Medyo natahimik siya at nag-isip. Sinubukan niyang ibahin ang usapan. Pero pinigilan ko at tinanong ko ulit (halos bumaliktad na ang tiyan ko). "Oo o hindi?"

"Hindi?" Nagdadalawang-isip niya akong sinagot.

Ewan ko ba't narinig ko na nga ang gusto kong marinig, gusto ko pang dagdagan ang sakit. "Bakit?"

Alam ko na kung ano ang sasabihin niya. Pero nagbabakasakali pa rin ako na hindi nga siya tulad ng ibang babaeng magaganda.

"Hindi tayo puwede, e." Pinipili niya ang mga salita niya. "Parang, hindi bagay ..." Malamang, halata sa mukha ko na naasiwa ako sa sagot niya kaya mabilis niyang dinagdagan. "Kasi masyado kang matalino. Tapos ..."

Sabi ko sa kaniya, hindi na niya kailangang magpaliwanag. Sabi ko, naiintindihan ko naman at hindi ako nasasaktan. Tapos, siyempre, kahit na pakiramdam ko hindi na kaya ng mga tuhod ko, walkout.

Bianca

Nakakainis siya. Hindi man lang niya ako binigyan ng chance na magpaliwanag kung bakit hindi puwedeng maging kami. 'Yung tingin niya sa akin, alam kong minamaliit niya 'ko. Na mababaw akong tao. Masyado nga bang mababaw ang mga rason ko?

Kinausap ko ang barkada. Tinanong ko sila kung papayag ba silang maging boyfriend ang isang lalaking hindi kaguwapuhan. Tulad ng inaasahan, iisa ang naging sagot nila: "Hindi."

Nang tanungin ko sila kung bakit, ito ang mga sinabi nila:

"Kasi hindi magandang tingnan. May reputasyon tayo. Paano mo maihaharap sa mga tao ang boyfriend mo kung hindi guwapo?"

"Alam mo naman, uso 'yung pinag-uusapan ka at kung sino man ang boyfriend o girlfriend mo. Kung pangit 'yon, pagtatawanan ka nila. Kung guwapo, maiinggit silang lahat!"

"Nakita mo na bang nanligaw si Mark ng pangit? Di ba hindi? Lahat ng girlfriend niya model ang dating."

"Pa'no kung masaya namang kasama?" tanong ko. (Dahil si Mark, kahit minahal ko, ni minsan hindi niya ako napatawa ng totoong "tawa.")

"Sus! Malalaman ba ng tao kung happy kasama ang isang lalaki? Hindi. Titingnan lang nila kung ano ang hitsura ng kasama mo at sila na ang magsasabi kung happy ka o hindi."

"Besides," dagdag ng isa kong kaibigan, "puwede ka namang mag-pretend na masaya ka kasama ng guwapo mong boyfriend. Tumawa ka lang nang tumawa kahit gaano ka-baduy ang mga joke niya."

"E, pa'no kung guwapo nga pero bobo naman?"

Mali 'ata 'yung tanong ko na 'yon.

"Okey ka lang? Sino ba'ng gustong makipag-usap sa matalino?"

Sa pinakaunang pagkakataon sa buong buhay ko, may napulot akong mahalagang aral mula sa pakikipag-usap sa mga kaibigan ko. Masakit mang isipin, pero mukhang tama si Berto sa pag-iisip na mababaw akong tao. Dahil kahit walang sinabing mabuti at matino ang mga kaibigan ko, alam kong totoo ang mga sinabi nila, at ang mas masakit, agree ako sa mga sinabi nila. Pilit ko mang maghanap ng ibang dahilan kung bakit ayaw kong magkaroon ng boyfriend na hindi guwapo, ang mga sinabi nila ang mga dahilan ko.

Berto

"Madali lang kalimutan ang mga babaeng tulad ni Bianca," sabi ko kay Ysa habang nakatambay kami sa loob ng opisina ng school paper namin, sinusubukang buuin ang isang 1000-piece puzzle. Mahigit tatlong linggo na rin ang nakalilipas nang bastedin ako ni Bianca.

"Gano'n?" Nakangiting sagot ni Ysa. "E, bakit siya pa rin ang pinag-uusapan natin?"

'Yon ang isa sa mga gusto ko kay Ysa. Magaling humirit. Tulad ng maraming lalaki, nagkagusto ako sa kaniya. Maganda kasi at matalino. Siguro, nagustuhan din nila ang pagiging simple niya. Hindi kasi banidosa. Kapag pupunta siya sa banyo, hindi siya nagdadala ng maliit na bag na may laman na kung ano-anong pampaganda. At magsi-CR lang siya kapag ihing-ihi na talaga siya, hindi 'yung dahil kailangan niyang mag-retouch ng makeup. Hindi ko pa nga siya nakikitang naglagay ng face powder o nail polish.

Wala talaga siyang pakialam sa hitsura niya. Tulad ngayon, parang hindi man lang siya nagsuklay. Naka-clip lang ang buhok niya at may ilang strands ng buhok na nakabagsak sa mukha niya. Para sa akin, mas maganda siya kapag gano'n.

Pero nang maging magkaibigan kami, hindi ko na sinubukang manligaw. Masyado kasing masarap kasama at kausap, mahirap na kapag mawala siya sa buhay ko. At based sa statistics, matapos nila akong bastedin, iiwas na sila. Mabuti na 'yung magkaibigan kami. Isa pa, may boyfriend siya no'ng mga panahong 'yon.

"Basta. Ayoko na. Hindi na 'ko titingin o manliligaw ng magandang babae. Kahit gaano pa siya kaganda. Sakit lang sila ng ulo."

Tinaasan ako ng kilay ni Ysa, ngumiti, at bumalik sa pagbubuo ng puzzle.

Sa totoo, siya lang naman ang bumubuo ng puzzle. Wala akong hilig sa ganyan. Pero sinabi kong tutulungan ko siya, kaya dumampot ako ng isang piraso ng puzzle at sinubukang idugtong sa isang bahagi ng litrato. "Seryoso, Ys. Hindi totoo 'yung sinasabi nilang ugali ang tinitingnan ng mga babae sa isang lalaki. Mukha. Kaya kung pangit ka, hindi ka bagay sa maganda ..." Inikot-ikot ko 'yung pirasong hawak ko. Ayaw magkasya. "Tulad ng piraso na 'to. Kahit ano'ng gawin mo, hindi mo siya puwedeng ipagpilitan kung sa'n di siya puwede. Hindi ko puwedeng ipagpilitan ang sarili ko sa isang magandang babae, dahil hindi talaga uubra. Siguro dapat manligaw na lang ako ng bulag o sobrang labo ang mata."

Inihagis ko ulit ang pirasong hawak ko sa pile ng mga naliligaw pang piraso ng puzzle.

Sinuot ni Ysa ang salamin niya at kinuha ang piraso ng puzzle na ibinato ko. Nginitian niya 'ko, matapos ay itinapat niya ulit ang piraso ng puzzle do'n sa bahagi ng litrato kung sa'n sinusubukan kong idugtong kanina. Inabot ni Ysa ang kamay ko, inikot ang piraso ng puzzle. Eksakto.

Eksaktong-eksakto ang maninipis niyang mga daliri sa pagitan ng matataba kong daliri. Pakiramdam ko'y matagal nang hinihintay ng magaspang kong palad na madikit sa makinis na palad ni Ysa. Masarap ang pakiramdam ng kaniyang braso na bahagyang nakapulupot sa braso ko.

Tiningnan ko si Ysa. Nakangiti siyang tumititig sa puzzle. Tiningnan ko ang puzzle. Nakakabit na 'yung pirasong hindi ko makabit-kabit du'n sa bahaging akala ko'y hindi niya kadugtong.

Tiningnan ko ulit si Ysa. Nakatingin na rin siya sa akin. Nakangiti.

Minsan ko nang sinabi na hindi na ulit ako papayag na mahulog pa sa isang magandang babae. Pero minsan ko na ring sinabi na kalokohan lang para sa isang magandang babae na mahulog sa isang lalaking hindi guwapo, macho, o mayaman.

Half f-stop
Mae Astrid Tobias

"Sa pagkuha ng retrato, marami kang kailangang tandaan," sabi ni Mike kay Sam. "Kailangan marunong ka ng elements of composition. Dapat maganda ang ilaw mo. At tandaan mo, ang mga retrato, di marunong magsinungaling. Kaya, huwag kang basta-bastang mag-point and shoot lang. Pag-isipan mong mabuti ang kinukuhanan mo."

"Alam ko, alam ko. Hindi tulad ng instamatic," sagot naman niya.

Mabilis ang mga hakbang ni Mike habang lumulusot sa mga pasikot-sikot ng kahabaan ng kalye Hidalgo. Mahigpit ang yakap ni Sam sa knapsack niya sa kaniyang dibdib. Sa loob nito ang isang taong pinag-ipunan niyang baon.

"Ingatan mo ang gamit mo," payo ni Mike bago pa sila bumaba sa dyip galing Cubao. Mabilis silang nilamon ng Quiapo. Bawat pasilyo ay dinudumog ng mga mamimili lalo na ang mga puwesto ng piniratang pelikula.

Nagpasama si Sam kay Mike para bumili ng kamera. Matagal na kasi niyang ambisyon ang maging staff photographer ng *Alingawgaw*, ang kanilang school paper. Hindi madaling makapasok sa staff nito. Iisang photographer lang ang kanilang tinatanggap bawat taon. Mahigpit ang kompetisyon kaya ang ginagawa ng staff ng *Alingawgaw* ay maglunsad ng isang photo contest. Ang mananalo ang siyang magiging staff photographer sa susunod na taon.

Dating staff photographer ng *Alingawgaw* si Mike. May anim na taon ang agwat nila ni Sam. Magka-batch sila ng ate niya. Hindi pa siya tapos ng kolehiyo pero nagtatrabaho na siya bilang freelance photographer sa ilang mga pahayagan at glossy magazine.

No'ng unang lapitan ni Sam si Mike para magpaturong kumuha ng retrato, tinanong siya kung bakit niya gustong maging photographer.

"Sikat ka kasi kung nasa school paper ka," sagot ni Sam. "Parang ikaw. 'Yung mga kuha mo no'ng high school, nakapaskil pa rin sa lobby ng school. At saka, isipin mo, lahat ng mga events sa school, imbitado ka para mag-cover."

"Huuu. Sabihin mo, gusto mo lang makuhanan nang hubad ang mga players ng basketball varsity," bungisngis ni Mike. "Pinagdaanan ko rin iyan!"

"Kung gusto mo talagang matuto," payo ni Mike, "magsimula ka sa manual. Para mahasa ka. Pero ang totoo, ang labanan na ngayon, digital. Mas mura na dahil wala nang pinapa-develop, mas mabilis pa. Sentimental lang ako kaya gumagamit pa rin ako ng dark room e."

Kaya heto sila ngayon. Dito sa Hidalgo, hile-hilera ang mga puwesto ng nagbebenta ng kamera at developing centers. Pamurahan ng presyo. Sa labas ng mga tindahan, may mga nakatayong mukhang mga photographer din. Naghihintay na ma-develop ang kanilang mga negatibo. Habang sila'y dumadaan, may ilan sa kanilang bumabati kay Mike.

Sa wakas pumasok sina Sam sa isa sa mga puwesto. Nakalagay sa isang eskaparate ang mga gamit na kamera at mga lenteng inaalikabok. Lumapit si Mike sa matandang nakaupo sa loob.

May mga pinakitang iba't ibang modelo ang matanda kay Mike. Iba sa kanila ay may mga alikabok. Ilan naman ay may gasgas ang lente. Nang wala pa ring mapili si Mike, pumasok bigla ang matanda sa loob ng isang kuwarto at paglabas ay may hawak nang kamera. Pagkaabot nito kay Mike ay agad niyang sinilip. Tinutok niya ito sa ilaw at kinasa.

Hindi na napansin ni Sam ang kanilang pagtatawaran. Abala kasi siya sa pagtingin sa mga lumang lente na naka-display sa tindahan. Gusto pa niya sanang makakuha rin ng telephoto lens pero may kamahalan ang mga ito at mukhang puro gasgas na. At saka, naubos na ang pera niya para sa kamera lang.

Mas mahigpit na ang yakap niya sa knapsack niya ngayon. Lalo na't nasa loob nito ang kaniyang bagong pinamili. Natawaran ni Mike ang kamera sa eksaktong halagang pinag-ipunan ni Sam. Nakalibre pa siya ng flash at tatlong rolyo ng negatibo para mapagpraktisan niya. Papahiramin na lang daw siya ni Mike ng lumang bag para hindi marumihan ang kamera.

"Magandang klase 'yang nakuha mo," puri ni Mike. "Kahit ilaban mo sa giyera, puwede."

Kinabukasan, dala agad ni Sam ang kaniyang kamera sa paaralan. Wala pang anunsiyo tungkol sa paligsahan ng *Alingawgaw* pero abala na siya sa pagkuha ng mga retrato. Kinuhanan niya ang kaniyang section habang hinihintay ang susunod nilang klase. Nakuhanan din niya ang kaniyang crush na si John habang papalabas ng banyo. Palihim din niyang pinuslit ang kaniyang kamera sa locker room ng varsity para kuhanan ang mga basketball player na nagbibihis.

Tuwing Sabado, pumupunta si Sam kina Mike para i-develop ang kaniyang mga kuha. Tinuturuan din siya nito kung paano gumamit ng dark room.

"Kung maselan ang iyong kamay, gumamit ka ng guwantes," paliwanag ni Mike. "Baka mangati ka. Makapal na ang balat ko sa kakatubog sa chemical."

Sa loob ng dark room, ang ilaw lang nila ay maliit na pulang bombilya. Kahit ilang beses nang nagawa ni Sam, lagi pa rin siyang humahanga sa mga larawang unti-unting nabubuo sa ilalim ng mga chemical na kaniyang pinagtubugan. Hindi siya makapaniwalang ito ang mga kuha niya. Habang nakasampay ang mga ito para patuyuin, ipinakita ni Sam ang mga ito kay Mike para kilatisin.

Noong una, iritang-irita ang kaniyang mga guro sa paaralan. Lagi nilang tinatakpan ang kanilang mga mukha. Ang kaniyang mga kaklase naman, laging nagpapa-cute sa harap ng lente.

"'Wag ganyan," sabi ni Sam sa kanila. " Gusto ko 'yung natural lang. 'Wag ninyo akong pansinin."

Di nagtagal, nasanay na rin ang mga guro at kaklase ni Sam sa kaniya at kaniyang kamera. Normal na sa kanilang makita siyang nakadapa sa damuhan at kinukunan ng mga retrato ang mga gagambang gumagawa ng sapot. Hindi na rin siya pinapaalis ng mga varsity players ng basketball sa court kahit na ilang beses na siyang tinamaan ng bola sa mukha. May mga pagkakataong pinagkakakitaan din ni Sam ang kaniyang kamera. Minsan, nagpapakuha sa kaniya ang magkakabarkada para magkaroon sila ng mga retrato nila sa kanilang mga wallet.

Akala ng marami, si Sam ang bagong photographer ng *Alingawgaw*. Pati sa bahay, ito rin ang akala ng magulang niya. Tambak-tambak na kasi ang mga album na nakolekta niya para sa kaniyang mga larawan. Halos mapuno na niya ang dingding ng kaniyang kuwarto. Isinabit niya kasi rito ang mga paborito niyang larawang pinablow-up at pina-frame pa niya.

"Ang husay mo na talaga," sabi ng kaniyang nanay, sabay hawak sa isang retrato na puro silhouette lang ng mga estudyanteng tumatalon pababa ng steps ng isang malaking building.

"Medyo kulang pa ho ng ehersisyo," sagot naman ni Sam. Hindi niya inamin sa kaniyang ina na hindi siya ang kumuha ng retrato kundi ginupit lang niya sa isang magazine.

Tuwing may mga events sa school, pati si Sam ay pinatatawag na rin para kuhanan ito. Dalawa tuloy silang dumarating na photographer, siya at si Arnold, 'yung totoong staff photographer ng *Alingawgaw*. Instamatic lang na may zoom ang gamit nito, kaya mas propesyonal ang dating ni Sam. Ngunit may lamang si Arnold kay Sam. At alam ni Sam iyon. Kahit gaano kaganda ng mga kuha niya, hindi malalathala ito sa pahayagan hangga't hindi siya ang staff photographer nito. Kailangang maipanalo niya ang paligsahan. Kailangang mahuli niya 'yung larawang makapagpapanalo sa kaniya.

Minsan, niyaya ni Mike si Sam na sumamang mag-cover ng isang rally sa EDSA.

"Subukan mo ang photojournalism," sabi ni Mike. "Magandang pagkakataon itong rally para mahasa ang iyong mga mata. Dapat matuto kang tumingin ng mga magagandang pagkakataon. Huwag kang magtitipid ng negatibo. Mura lang iyan kapalit ng iyong once-in-a-lifetime na kuha."

Bumuntot lang si Sam kay Mike habang kumukuha siya ng mga retrato. Siya rin, sisilip sa lente. Kakasa at pipindot.

Habang abala sila sa pagkuha ng mga retrato ng mga pulang bandila at ng mga nakataas na kamao, biglang nagkagulo. May buntis na biglang nakaramdam ng pananakit ng tiyan. Mukhang manganganak na. Tumakbo agad si Mike sa lugar na pinangyarihan. Sumunod agad si Sam.

Pagdating niya doon, hindi na makita ni Sam si Mike. Nagkakagulo ang mga tao. Hindi makalapit si Sam. Nagtutulakan. Nagsisigawan. Nabatukan siya. Nasiko pa ang kaniyang dibdib.

"Puta! Suso ko 'yan!" sigaw ni Sam pero wala na ang nakasiko sa kaniya. Hindi rin siya makaporma para matutok ang kaniyang kamera sa nangyayari. Pero pinilit niya ang kaniyang makakaya. Kasa, pindot. Kasa, pindot. Naisip niya, kuha lang nang kuha. Baka may makuhang maganda. Gumapang si Sam at isinuot ang kaniyang kamera sa mga binti ng mga usisero. Hinayaan niyang maging mata ang kamera. Kasa, pindot, kasa, pindot hanggang maubos ang mga rolyo ng negatibo.

Mag-isang umuwi si Sam. Nilamon na ng kaguluhan ang kaniyang kasama. Dinala ni Sam ang kaniyang mga rolyo sa pinakamalapit na padevelopan. Sabik na sabik siyang makita ang mga kuha. Siguradong nandito na ang kuhang magpapanalo sa kaniya sa paligsahan. Makalipas ang isang oras, binalikan niya ang mga retrato. Isa-isa niyang tiningnan ang mga ito. Bumilis ang tibok ng kaniyang dibdib. Bakit ganoon ang kaniyang mga nakikita? Puro mga paa. Mga ulo. Mga likod. Wala ni isang magandang kuha ng pangyayari.

Dumeretso agad si Sam sa bahay ni Mike para maghimutok. Pagpasok niya sa darkroom, walang tao. Pero nakasabit na ang mga bagong develop na retrato ni Mike. Nakahilera ang mga kuha nito noong rally. Halos isang dosena ang kuha no'ng nanay na nanganganak. May isang retrato na tumawag sa kaniyang atensiyon. Closeup ng ulo no'ng sanggol. Nakapikit ang mga mata. Kapag tinitigan niya nang matagal, nakikita ang lahat ng nangyari noong araw na iyon. Naririnig niya ang hiyawan ng mga nagkakagulong tao sa paligid. Naaamoy niya ang magkahalong pawis at dugo na bumabalot sa hangin. Nararamdaman niya ang sakit nang mailuwal na sa wakas ng ina ang kaniyang sanggol. Ito ang larawang dapat nakunan niya.

Hinanap ni Sam ang negatibo ng retrato. Hindi naman siguro magagalit si Mike kung gumawa siya ng sariling kopya nito. Muling ipinanganak ang sanggol sa ilalim ng chemical na pinagtubugan nito. Inuwi ni Sam ito sa bahay at ipina-frame.

Nang itinakda ang huling araw para magsumite ng mga lahok para sa taunang photo contest ng *Alingawngaw*, hindi nag-aksaya ng panahon si Sam. Araw-araw ay dinala niya ang kaniyang kamera at nag-ubos ng mga rolyo ng negatibo. Kinunan niya ang lahat ng posibleng magandang retrato na maaari niyang isali. Kinunan niya ang mga pag-eensayo ng pasa masid ng mga kadete ng CAT. Nahuli rin ng kaniyang mga lente ang eksaktong pagsindi ng sigarilyo ng kanilang punong-guro sa loob ng no-smoking zone. Pati ang isang panoramic na kuha ng kanilang campus mula sa bubong ng high school building, meron siya. Lumabas pa siya at kumuha ng mga retrato sa palengke at kalsada kahit na parang nililindol ang kaniyang dibdib na baka holdapin siya o ma-snatch ang kaniyang kamera.

Hindi nakontento si Sam sa dinami-daming retratong kaniyang kinuha. Parang may kulang sa kanila. Para sa kaniya, mukha silang mga laos at generic lang ang mga retratong kinuha niya. Kahit sino ay puwedeng kumuha ng ganito. Hinalungkat din niya ang mga album niya, baka sakaling may mapagtiyagaan siya sa mga nauna niyang mga retrato pero wala pa rin. Iisang retrato lang para sa kaniya ang karapatdapat isali.

Sa araw ng paligsahan ng *Alingawgaw*, nagkaroon ng photo exhibit ng lahat ng mga lumahok. Sampung mga retratong pinablow-up nang 8 x 10 ang nakahilera sa blackboard ng opisina ng *Alingawgaw*. May nagsali ng retrato ng closeup ng isang waling-waling. Mayroon ding retrato ng tumatakbong atleta habang naka-blur ang background. May isang silhouette ng pusang tumutulay ng pader. Katabi ng retrato ni Sam ang isinali ni Arnold: isang portrait ng batang kumakain ng ice cream. May isang taon pa kasi si Arnold sa high school. Kung manalo siya uli, siya pa rin ang staff photographer. Mabilis ang kabog ng dibdib ni Sam pero sa isip niya malakas ang laban ng kaniyang retratong pinamagatang "Bunso." Hangang-hanga ang mga hurado. Maganda raw ang komposisyon. Orihinal. Kuhang-kuha ang mga detalye, pati ang mga namumuong dugo sa paligid ng mukha no'ng sanggol. Sa sobrang pagkatotoo ng larawan, may ilang hindi makatingin nang matagal. Nandidiri nga.

"Biruin mo, isang high school student lang ang kumuha ng ganitong retrato! E kung titingnan mo, napakapropesyonal ang dating," narinig ni Sam na sinabi ni Ms. Policarpio, ang tumatatayong tagapayo ng *Alingawgaw*. Isa rin siya sa tatlong hurado ng paligsahan. Lumakas ang loob ni Sam. Isang boto na iyon. Kumuha sila ng isang propesyonal na photographer na tagadiyaryo at isang graphic designer sa isang ad agency na alumni ng high school nila.

Nang matapos ang pag-iikot ng mga hurado sa mga nakasabit na mga retrato, nagsalita si Ms. Policarpio.

"Magaganda ang mga isinali ninyong lahat. Medyo nahihirapan nga kaming pumili. Alam kong hindi ito ang nakasanayan na nating paraan ngunit ang ating mga bisitang hurado ay nagmumungkahing magkaroon ng pagkakataong makilala ang mga lumahok bago magpasya ng mananalo."

Nagtaka ang lahat sa sinabi ni Ms. Policarpio. Ngayon nga lang nagkaroon ng interview portion ang photo contest ng *Alingawgaw*. Kinabahan lalo si Sam. Nanlamig ang kaniyang mga palad. Sa utak niya, naglaro ang sari-saring tanong. Ano kaya ang ibig sabihin nito? May pagdududa kaya sila sa kuha kong retrato?

Hindi na niya narinig na tinawag ang kaniyang pangalan para sa pakikipanayam sa mga hurado. Tinapik lang siya ni Arnold para sabihing siya na ang susunod. Pagpasok ni Sam sa opisina ni Ms. Policarpio, nakaupo sa isang hilera ang mga hurado. Si Mang Rudy ang photographer na galing sa dyaryo habang si David naman ang graphic artist. May hawak si Ms. Policarpio na clipboard at nakaipit dito ang isang yellow pad kung saan nakalista ang mga pangalan ng mga lumahok.

"Huwag kang kabahan, hija," sabi ni Mang Rudy. "Ang totoo ay gustong-gusto ko ang iyong kuha."

"Me, too," sabi ni David.

"Dalawa lang naman ang tanong namin. Una ay puwede mo ba ikuwento kung paano mo kinunan ang iyong retrato?"

Huminga nang malalim si Sam. Inalala niya ang rally sa EDSA. Inilarawan niya sa mga hurado ang kaguluhan. Sinabi niya na halos hindi na niya natitingnan ang kaniyang kamera.

"Basta po inisip ko, kuha lang nang kuha. Sige lang. Once in a lifetime na pagkakataon ito," sabi ni Sam. Tumango ang mga hurado.

"Our second question, Sam, is what model is your camera?"

"Secondhand na Nikon FM 10 po."

"Thank you, Sam. That's all."

Halos isang oras din ang tinagal ng paghihintay nina Sam bago lumabas ang mga hurado sa loob ng opisina ni Ms. Policarpio. Malaki ang ngiti ni Ms. Policarpio. Hawak niya ang mga ribbon para sa nagwagi. Unti-unti siyang lumapit sa mga retrato. Hinintay ni Sam na ikabit ni Ms. Policarpio ang ribbon sa kaniyang retrato ngunit nilagpasan nito iyon. Sa halip ay ikinabit nito ang ribbon sa retrato ng atleta. Nagpalakpakan ang lahat. Hindi kilala ni Sam ang nanalo. Isang Jane. Freshman lang daw.

Bago lumapit sa mga hurado para tanggapin ang kaniyang certificate, inabot ni Jane kay Sam ang isang maliit na camera na kulay silver. "Kunan mo naman ako o," sabi niya. "Press mo lang itong button na ito. Parang instamatic lang 'yan pero dito mo tingnan." Sabay turo sa parang maliit na telebisyon sa likod ng camera.

Tinapat ni Sam ang camera kay Jane habang kinakamayan ang mga hurado. Pinindot niya ang button. Nag-flash. Pansamantalang nabulag sa liwanag si Sam. Pagtingin niya sa camera, kitang-kita niya ang kinuha niyang retrato sa maliit na telebisyon ng camera. Malalaking ngiti ni Jane at ng mga hurado. Parang may sekreto silang alam at tinatago mula kay Sam.

Kuwatro Oras
Alice Mallari

O o, seryoso 'ko. Hindi pa ako sigurado. Basta ... tatawagan na lang kita ulit mamaya. Okey. Bye."

Grabe. Bakit ko ba nasabi kay Clarisse na baka hindi ako makapunta mamaya? At ano naman kaya ang idadahilan ko sa kanila? Pasensiya na po, Tita, kasi inatake ako ng asthma ko kaya ... Hinde. Hindi magki-click 'yon. E, ano'ng ginagawa ng gamot? Hay naku, gusto ko nang matapos kaagad itong araw na 'to.

Salamat naman at medyo umaliwalas na ang panahon. Maglalakad lang kaya kami ... sila mamaya? Siguro nga. Sana naman huwag nang umulan.

Aba, bakit ang daming nagsulputang mga puting paruparo sa garden? Ang gandang tingnan. Saan kaya galing ang mga 'yon? Naalala ko tuloy nang nag-recollection kami noon. Nadiscover namin na may isang butterfly sanctuary sa likuran ng retreat house. Nang nakapasok na kami, halos ayaw na naming umuwi ni Bea. Masyado kasing maamo sa aming dalawa 'yung mga paruparo.

Ano ba 'yan? Bigla na lang akong natulala, a. Teka, anong oras na ba? Pasado alas-dose. Maaga pa pala, e. Mahaba-haba pa ang oras bago mag-alas-kuwatro.

Sana maagang matapos ang meeting ng Homeowners' para makauwi agad si Mommy. Si Daddy naman, gabi pa ang dating no'n. Napakatahimik naman kasi dito sa bahay kapag nag-iisa ka. Nakabibingi. Dapat pala hindi na lang ipinagbili ng kapitbahay namin 'yung parrot nilang iskandalosa. E, di sana may naririnig akong ingay ngayon.

Saan ko ba nailagay 'yung discman? Wala naman dito sa bag. Oo nga pala, naiwan ko sa locker sa school. Pero, okey na rin 'yung ganitong tahimik. Mas makakapag-isip ako. Pagkakataon ko na 'to para naman mapakinggan ko ang sarili ko.

Bakit gano'n? Simula nang nagkasakit si Bea, bihira ko nang makausap sina Ruby sa telepono? Pero teka, may karapatan ba 'kong magtampo? E, ako itong hindi rin tumatawag sa kanila. Baka naman pare-pareho kasi kaming naghihintayan ng tawag ng bawat isa. O, baka naman katulad ko rin sila na umiiwas noon na pag-usapan ang nangyari kay Bea. Kung tama ang pangalawa kong hinala, sa tingin ko ako ang pinakamalala sa aming apat. Nang unang na-confine sa ospital si Bea, ni hindi ko man lang naisingit ang pagdalaw sa kaniya. Ang kuwento kasi sa akin noon ni Clarisse, nakaramdam daw ng matinding sakit ng tiyan si Bea kaya siya naospital. So, inassume ko na lang na baka ordinaryong sakit lang 'yon.

Ayoko kasi ng atmosphere sa ospital, e. Kahit yata saang sulok ka magpunta, talaga namang sisiksik sa ilong mo ang iba't ibang klase ng amoy ng gamot. Napaka-gloomy. Saka nadala na rin siguro ako nang minsang dinalaw namin si Lola sa ospital nang inoperahan siya. Pagkalabas ba naman namin ng kuwarto, sinalubong kami agad ng dalawang nurse na may hinahaltak na stretcher, at may nakahiga na nakataklob ng puting kumot. Pati si Mommy kinabahan. Hindi dahil doon sa nakasalubong namin, kundi dahil bigla raw akong namutla at nawalan ng dila.

"Yikes! Daga!"

Galing sa cabinet ko 'yon, a. Sus, para na palang chopsuey ang laman nitong cabinet. Itong paper bags, dapat nasa basurahan na 'to. Itong nanlilimahid na sneakers, dapat pala naisabay ko sa labada kahapon.

Si Kuya Erwin talaga, o. Panay ang padala sa 'kin ng pocketbooks, laging chapter one lang naman ang nababasa ko. Eto, nakatambak lang dito. Super-dami naman kasi ng ginagawa namin sa school. Tuwing hapon, lagi pa kaming may play rehearsal sa Pinoy. E, kung i-request ko kaya kay Kuya na wonder bra na lang ang ipadala n'ya sa akin? Hahaha! Siguro 'sangkaterbang sermon sa e-mail ang ipapadala no'n. Bakit naman kasi karamihan sa mga classmates ko e namimintog ang mga dibdib? Samantalang itong sa 'kin, parang dibdib ng twelve years old. Sus! E, ano naman ngayon? Marunong naman akong magpiano at maggitara. Sila hinde.

Teka, nasaan na nga ba 'yung puting sleeveless ko? Eto. Maganda kasi ang bagsak ng tela nito kaya nagmumukhang malaki ang boobs ko. Although, nakasanayan ko na ang katawan na 'to. Nakasanayan ko na rin 'yung walang pumapansin sa dibdib ko. Kaya tuloy kapag suot ko 'to at may nakakausap akong mga lalaki na imbes na deretso sa mukha ko ang tingin, kung saan-saan iginagala ang mga mata, parang ang sarap mang-umbag ng mukha. Kung puwede nga lang!

Ano kaya? Pupunta ba 'ko o hinde? Puwede kasing ito na lang ang isuot ko mamaya. O, kaya itong white polo. Tamang-tama naplantsahan na.

Alam ko na, maayos na lang muna itong cabinet ko. Nang may magawa naman ako. Teka, aalisin ko muna lahat ng mga gamit. Ano ba'ng laman nitong envelope na ... Wow! Nandito pala 'yung pictures namin no'ng graduation. Eto naman 'yung class picture namin. Nakakatawa. Ang taas ng bangs ko.

Si Nikka. Kikay na talaga. Lagi kasing naka-lip gloss. Ano na nga ba 'yung laging binubulong sa akin ni Clarisse? A, oo ... Tingnan mo si Nikka, mukhang katatapos na namang kumain ng kalamay. Nagmamantika na naman ang nguso. Ang lakas talagang mang-asar ni Clarisse.

Si Ruby. Hindi ko akalaing magiging fashionista at gimikera pagdating ng high school. Dugong-Hitler pa naman ang nananalaytay sa mga ugat ng tatay niya. Kaya kapag biglang hindi 'yon nagparamdam sa amin, ibig sabihin, grounded na naman 'yon.

Si Bea. Siya ang nakatanggap ng pinakamaraming medals noong graduation. Naalala ko nang nasa grade school pa lang kami, bihira ko siyang makalaro. Siya nga lang yata ang hindi ko masyadong naka-close. Bakit nga ba? Siguro, noon kasi, sa patintero ako na-addict. Si Bea, since matangkad siya, sa chinese garter siya expert. Ang tambayan namin ni Clarisse, sa likod ng auditorium. Magkakantahan kaming dalawa hanggang sa maglitawan ang mga litid namin. Si Bea naman, kung hindi sa canteen, sa library. In short, she and I had nothing in common. Well, at least iyon ang akala ko noon.

Pagdating naman ng high school, magkakaiba na kami ng pinapasukan. Madalas naman siyang absent sa gimikan. Siya na yata ang taong nakilala ko na pinakamasipag mag-aral. Pero no'ng summer last year, bigla na lang naiba ang ihip ng hangin. Si Bea ang unang kumontak kay Ruby para i-set ang lakad namin sa Padi's. Siya pa nga ang nag-volunteer na ipahahatid-sundo kami sa kuya niya.

Tapos, nang nag-imbita si Nikka sa bahay nila para ipakilala sa 'min ang boyfriend niya, nandoon din si Bea. Ang usapan nga lang namin e lunch kami magmi-meet. Kaso, meryenda na siya nakarating. Pero nakarating pa rin siya.

May isa pa. At iyon na yata ang pinaka-memorable naming reunion—'yung tatlong araw na bakasyon sa bahay ng lola ni Clarisse sa Batangas. Mahigit isang linggo ko ring kinantahan sina Mommy't Daddy para lang payagan akong sumama.

Grabe kami no'n, mula unang tilaok pa lang ng manok hanggang sa naghihilik na ang lolo't lola ni Clarisse, wala kaming ginawa kundi maghagikgikan at magkulitan. Nalaman ko na may itinatago rin palang pagka-lukaret 'yung si Bea. Isang beses, nilagyan niya ng makeup si Ruby habang parang mantikang tulog na tulog ito. Tawa kami nang tawa.

Nang pauwi na kami, nagulat na lang kami at umiiyak si Bea. Tears of joy daw. Mabuti na lang daw at hindi niya na-miss ang bakasyon na 'yon. Sabi pa niya, sana raw magkaroon daw ng malaking okasyon sa bahay nila para sa kanila ang susunod naming reunion.

Ang natatandaan ko no'n, enrollment period nang ibinalita sa akin ni Ruby na nasa ospital si Bea. Grabe. Nakauwi na si Bea sa bahay nila't lahat, pero nagpalipas pa 'ko ng dalawang linggo bago ko siya natawagan. Ang hirap kasing humagilap ng mga salitang aangkop sa lagay niya ...

Hindi ko alam kung aaliwin ko siya na tipong parang walang nangyari. O, okey lang ba na magtanong tungkol sa diagnosis sa kaniya ng doktor?

Pero nang nakausap ko na siya, halos parang wala akong napansing kakaiba sa kaniya. Masarap pa rin siyang tumawa. Ako naman, panay matitipid na tanong lang. Kumusta ka na? Nag-lunch ka na ba? Mas marami pa nga siyang kuwento kaysa sa 'kin. Lalo na tungkol sa bagong baby ng ate niya. Siguro napansin niyang naiilang ako. Totoo naman kasing ilang na ilang ako, e. Hindi ko alam kung ano'ng sasabihin ko ... Paano ba kasi kumausap ng isang kaibigan na may sakit na leukemia?

Kapag pala ipinagkawing-kawing ko ang mga nangyari sa amin last year, parang alam na ni Bea na may malaking pagbabagong mangyayari sa buhay niya. Naghabol siya sa mga araw na hindi niya kami nakasama.

May naikuwento sa akin minsan si Mommy. Sabi niya, wala raw aksidente rito sa mundo. Ang lahat ay may dahilan. Kahit na ang pagbagsak ng isang dahon galing sa puno ay may dahilan din.

Naku! kaya naman pala dinadaga na 'tong kuwarto ko, e. Ito 'yung natirang kisses na binigay sa akin ni Hans. Mahigit one week na rin siyang hindi tumatawag sa akin, a. Bakit kaya? Baka nag-give up na. Actually, nagplano na 'kong sagutin siya two months ago. Ang kaso nga lang, nangibabaw na naman ang pagka-indecisive ko.

Kapag kaharap ko kasi si Hans, lagi akong may naaalala. Ipinapaalala niya sa akin nang nasa Kinder pa lang ako. Sa tuwing ipa-park pa lang nuon ni Daddy ang sasakyan sa harap ng bangko, nakasubsob na ang ulo ko sa palda ni Mommy. Tapos, pipilitin ko si Mommy na sabayan akong kantahin ang favorite nursery rhymes ko habang may inaasikaso si Daddy sa loob ng bangko. Alam ko kasing nasa kabilang kalye lang ang Mendoza Memorial Homes. Nangangatog kasi ako kapag nai-imagine ko na may nakahiga sa naglalakihang mga ataul na naka-display doon. Minsan nga tinanong ko sina Daddy kung para sa mga higante ba ang mga ataul na 'yon. Tawa lang sila nang tawa. Hindi ko akalaing ang anak ng may-ari no'n ang unang lalaking manliligaw sa 'kin.

Gusto ko rin naman si Hans, e. May pagka-morbid nga lang ang family business nila. Pero kuwela ang jokes niya! Makakapagpaturo pa 'ko sa kaniya ng scaling technique sa gitara. Saka parang nababasa ko sa kaniya na kaya niyang pahalagahan ang salitang "loyalty." Kaya, hindi siguro ako magiging problematic sa boyfriend na gaya ng nangyayari kay Nikka. Kapag nakakausap ko nga 'yon sa phone, sobrang mag-emote. Akala mo katapusan na ng mundo niya. Mas magaan pang kausap si Bea, e. May buhay at kabuluhan ang mangilan-ngilang lang na pag-uusap namin sa telepono sa kabila ng sakit niya.

Nang unang gabing pumunta ako kina Bea last week, halos hindi ko maihakbang ang mga paa ko papasok sa gate nila. May ilang minuto rin akong nakatitig lang sa harapan ng bahay nila. Para akong sira na naghihintay na baka lumabas si Bea sa pinto nila para salubungin ako.

Noong una, akala ko nananaginip lang ako nang nakita ko ang magkabi-kabilang mga taong nag-uumpukan sa loob ng bahay. Pero nang sinilip ko na ang ataul, biglang lumakas ang kabog ng dibdib ko at hindi ko na halos naririnig ang ingay sa paligid ko. At saka ko lang na-realize na wala na talaga si Bea.

Mabuti na lang at kinakailangang umuwi kaagad ni Nikka dahil kagagaling lang nito sa sakit. Sumabay na rin ako sa pag-uwi.

Nang nakarating na 'ko sa amin, habang nakapagtatakang hirap na hirap akong ikandado ang gate namin, naramdaman ko na lang na umiiyak na pala ako.

Grabe. Hanggang ngayon, parang hindi pa rin ako makapaniwala na hindi ko na ulit siya makikita at makakausap.

Aaaahhh! Sa totoo lang nahihiya ako kay Bea. Bakit ba parang ayokong magpakita sa libing? Parang hindi ko kasi kaya. Pero hindi naman tama, e. I'm sure magagalit sa akin 'yon kapag duduwag-duwag ako.

Kagabi nga, habang pasimple lang akong nag-oobserba sa paligid ko, napansin ko na hindi umiiyak ang pamilya at mga kamag-anak ni Bea. Nang una naisip ko baka napagod na lang sila sa kaiiyak kapag nag-iisa na sila at wala nang masyadong nag-uumpukang mga tao. Pero na-realize ko na hindi naman talaga sila gano'n kalungkot na gaya ng inaasahan ko. Kahit na nga medyo touching ang mga kinanta ng church choir nila, magkakaakbay lang ang mga kapatid niya at paputol-putol na sinasabayan ang choir dahil nasisingitan ng kaunting tawanan. O, kahit na no'ng binasa na ng ate niya ang isinulat niyang mga tula para sa mga pamangkin niya, nakita kong nakangiti at mahigpit na magkahawak-kamay ang Mama't Papa niya. Although, napansin ko na may lungkot din sa mga ngiti nila, pero parang panatag na sila.

Marami rin akong nadiskubre tungkol kay Bea kagabi. Nalaman ko na kapag may pamangkin siyang nagkakasakit, kasama rin siyang nagpupuyat sa pagbabantay dito. Nalaman ko rin na siya ang bukambibig ng kaniyang Mama't Papa sa kanilang mga kaibigan dahil sa mga achievements niya sa school. Hindi mo maikakaila na naging makahulugan ang lalabing-anim na taon na ibinigay sa kaniya.

Hanggang ngayon nga parang umaalinignig pa rin sa tainga ko ang sinabi ng pastor nila kagabi: Wala raw dahilan para ikalungkot o ikatakot ang pagkawala ng isang tao, kung tiyak mo namang sa magandang lugar siya patutungo.

Nang itinanong ko kay Mommy kung bakit napakaikli ng buhay ni Bea? Basta't ang naisagot lang niya sa akin: Isa lang daw 'yon sa mga di-mabilang na katanungan na baka sa kabilang buhay lang mabibigyan ng kasagutan.

Ano ba talaga ang kinatatakutan ko? Nag-iimbento lang ba ako ng sarili kong multo?

Ito na lang ang huling pagkakataon naming magkasama-samang lima. Palalagpasin ko pa ba naman ito? Hindi, a! Sa tingin ko, ito na nga ang katuparan ng wish ni Bea na magkaroon kami ng reunion sa bahay nila. Hindi nga lang magiging kasinsaya ng tatlong araw na bakasyon namin noon. Pero pipilitin naming maging masaya para sa 'yo, Bea ...

Anong oras na ba? Three fifty na. Aabot pa 'ko.

"Hello, Clarisse. Si Jenine 'to. Sasabay na 'ko sa 'yo. Bigyan mo lang ako ng fifteen minutes ..."

Ang mga Pasaway
Renato C. Vibiesca

Kulang ang liwanag na galing sa kotse ng mga pulis. Pinilit kong makalapit sa poste upang masinagan kami ng ilaw. Bukod sa liwanag, alam kong mas maraming nakatambay sa tabi ng poste.

"'Wag ka nang umiwas, bata. May bato ka diyan, ano?"

"Alaws sir."

"Siguradong may milagro kapag nasa dilim kayong mga pasaway, e."

"Negative talaga bosing kahit kapkapan n'yo pa 'ko." Kabisadong-kabisado ko na ang mga buwaya sa amin. Tunog pa lang ng papalapit nilang kotse ay alam ko na. Ang mga pulis naman ay mahilig sa konting kapkap pero tong talaga ang hanap. Mabuti nang sa liwanag magpakapkap para di nila maipitan ng droga.

"Sabi ko sa inyo, sir, nagbagong buhay na 'ko, e."

"O, kayong mga pasaway, 'wag nang tatambay-tambay diyan."

Ilang beses ko nang sinubukang umiwas sa dilim pero mas mahirap iwasan ang aking barkada.

"Jef, bagong katropa."

"Benjie, pare."

"Green apple?"

"Wala tayong sabit kay Benjie. Okey 'to. May extra ka ba diyan, Jef, kahit piso? Alam mo na, para sa mga green apple."

Ako ang taga-supply sa mga baguhan. Parang tradisyon ito na kapag baguhan ay inililibre namin.

Sa isip ko'y isang matinding transaksiyon ang nagaganap tuwing iiskor ako ng droga. Hindi kami abnoy na nagbebentahan ng bato sa dilim. Kabobohan na rin ang patago-tago sa mga iskinita na madalas namang bulabugin ng mga pulis. Ang nasa kukote kasi nila ay natuyot na ang mga utak namin at napakadali nang itumba. Siyempre sa matao, maingay, at maliwanag ang market namin. Sa kanto ng Benita at Sunog-Apog sa Tondo ang madalas naming hangout. Bukod sa maraming nagdadaang estudyante ay tambayan din ng mga mahilig sa chika. Tatlong kanto lang ang layo nito sa St. Joseph High School, ang nakaka-concentric na pinapasukan ko. Tanghaling tapat ang call time. Pagpatak ng alas-dose, takbo na kami nang takbo. Pag gabi kasi ay wala nang tulak sa daan. Tsamba na lang kung may pusher pang makikita sa dilim. Habang nananaghalian ang mga pulis, kaniya-kaniya kaming diskarte ng droga. Isang oras lang 'yon habang nagpapahinga ang mga buwaya. Kailangang bilisan ang bentahan habang tirik ang araw. Sa totoo lang ay gustong-gusto ko nang tumigil sa pagtakbo sa kanto ng Sunog-Apog at Benita pero hindi ko alam kung anong magneto ang panghatak ng droga.

Magte-third year ako nang unang tumikim ng bato. Libre din sa simula. Bilyar ang unang pangmagnet ng mga b.i. kong klasmeyt.

"Alaws namang masama kung magbibilyar lang tayo." Ang klasmeyt kong si Arnel ang unang umakit sa 'kin na sumama sa barkada nila. Magbibilyar lang naman kaya ako napasama. Pakiramdam ko ay magiging kasinggaling ako ni Efren Bata kaya napadalas ang aking pagbibilyar. Nang minsang tensiyonado na 'ko sa pagtira dahil nauuwi na sa pustahan ang laro ay inabutan ako ni Arnel ng yosi.

"Pang-alis lang 'to ng tensiyon."

Konting hithit, konting buga. Parang gusto kong maubo pero tiniis ko lang. Dyahe pag nakita nilang naubo ako sa usok. Tanggal nga ang tensiyon. Panalo sa laban. Kapag tinaasan ang pusta, tumataas din ang tensiyon. Yosi uli.

"Tikman mo 'to, 'tol. Light lang ito, para mas lalong ganahan si Efren."

San Mig light naman, kasunod ng yosi. Kahit light, mapait din ang lasa. Pero tanggal nga ang tensiyon sa kombinasyong yosi at light. Nawili tuloy ako sa pagbibilyar kasama na ang yosi at lights. Second year ako noon at hindi ko naman talaga namalayan ang pagkawili ko sa bilyar. Mas mahalaga sa akin ang makasama na sa tropa ni Arnel.

Isang araw niyaya ako ni Arnel at ng tropa sa isang gimik.

"Hataw ang gimik natin kaya tig-iisang stick muna tayo. Huwag kang mag-alala, pampalakas ng loob ito, pandagdag pogi points."

Chongkie naman ang hits namin bago gumimik, pampatapang daw. First time ko sa chongkie. Mas madiskarte raw kami kapag naka-hits ng chongkie. Isang stick lang naman at parang hindi ko na kayang humindi pa sa kanila. Kabadong-kabado ako dahil alam kong bawal na ang gagawin namin. Ang nasa isip ko ay isang-isa lang talaga at para lang makasama ako sa gimik ng tropa. Poging-pogi ang dating ko sa kanila nang maubos ko ang isang stick.

May ka-eyeball daw kaming mga kolehiyala. Magsa-San Mig light habang nanonood ng live band. First time ko sa live band at achieve ko ang nirvana nang gabing 'yon. Mula noon kada gimik, hits muna kami ng isang stick ng marijuana. Lagi akong puyat noon kaya hindi ako makapasok nang maaga sa school. Laging bokya tuloy ang exams ko. Nakahalata na rin ang mga magulang ko sa pagbaba ng aking mga grades. Parang balewala sa akin ang mga nangyayari kasi hindi pa naman pinuputol ang allowance ko. Diskarte kasi namin na kapag sinermunan ay makinig lang. Huwag sasagot para hindi humaba ang sermon. Pasok sa isang tenga, labas sa kabila.

Nakalimutan namin ang pagbibilyar, at ang pagkahilig sa mga banda ang pumalit na gimik. Lalo na sa mga tugtuging metal na tipong lalabas lahat ang tutuli sa lakas ng ingay habang to da max ang alog ng ulo.

Nakilala ko si Vilma sa isang gimik namin. Lead singer siya ng isang banda at sophomore student sa Lyceum. Unang kita ko pa lang kay Vilma ay crush ko na agad siya. Madali rin kaming nagkalapit dahil parehong pagbabanda ang interes namin. Masaya 'ko pag kasama si Vilma at palagay ko'y siya rin. Pero parang friends lang talaga ang tingin niya sa akin.

"Jef, sa iba ka na lang manligaw, imagine college na 'ko tapos ikaw second year high school pa lang."

Dapat hinay-hinay lang, Jef. Hindi ko na minadali ang panliligaw sa kaniya. Gusto kong patunayan na hindi hadlang ang edad namin. Sabi ko sa kaniya, ititigil ko na ang pagyoyosi at pag-inom basta't bigyan niya lang ako ng tsansa. Hindi ko ipinaalam ang pagchochongkie namin ng tropa.

"Hanggang kailan ako maghihintay, Vi?"

Napipipi siya tuwing seryoso na ang aking pagtatanong. Kapag tumahimik na siya ay iniiba ko na ang usapan. Alam kong kuntento naman siya kapag magkasama kami. Ayos na rin sa 'kin kahit kasama lang siya lalo na sa mga gimikan namin. Tingin pa nga ng mga katropa ko ay kami na.

Hanggang isang araw, seryoso akong kinausap ni Vilma.

"Jef, hindi na puwedeng maging tulad ng dati ang samahan natin. Noon pa sinabi ko na sa 'yo ang sitwasyon natin, di ba?"

Parang atomic bomb na sumabog sa 'kin ang mga katagang binitiwan ni Vilma. Hindi ko ito ine-expect. Hindi ko rin alam na may iba pa palang nanliligaw sa kaniya. Bakit ngayon pa nangyari ito kung kelan marami na kaming pinagsamahan?

Mula noon ay hindi na ako mapakali. Nagkawindang-windang ang mga kinikilos ko at lagi ko na lang naiisip ang huling sinabi ni Vilma. Barkada agad ang tinakbuhan ko para makalimutan ang lahat.

"'Tol, andito lang kami lagi. Kaya natin 'yan."

Malungkot man ay parang piyesta ang tropa sa pangyayaring ito. Sa mga ganitong pagkakataon daw ay hinding-hindi nila ako iiwan. Hindi ko na namalayan kung ilang beer ang nainom ko at kung ilang stick ng chongkie ang na-hits namin.

Sariwang-sariwa pa ang sakit na idinulot ni Vilma nang salubungin ako ng isa pang masamang balita.

"Anak, wala na ang Papa mo. Inatake siya sa puso kaninang tanghali."

Pagkarinig ng mga sinabi ni Mama ay parang huminto ang inog ng mundo ko. Parang gusto kong umiyak. Biglang nagbalik sa isipan ko ang madalas na mga pangaral ni Papa.

"Hindi sa lahat ng pagkakataon ay nandito kami ng Mama mo para magpangaral sa iyo. Mag-aral nang mabuti upang makatapos ka at huwag 'yang puro ingay na tugtog ang pinagkakaabalahan mo."

Kailan ba kami huling nag-usap ni Papa? Mas madalas kasing wala ako sa bahay kaya bihira kaming magkita. Ang alam ko, palagi siyang maagang umuuwi. Minsan ay sinusundo pa niya si Mama sa trabaho. Ako nama'y parang napapaso sa bahay at ayaw na ayaw umuwi nang maaga. Kung nasa bahay naman nagkukulong lang ako sa kuwarto at nagsa-sound trip ng metal. Pagkatapos ay halos magiba na ng mga katok ni Papa ang pinto kasi nag-iingay na naman daw ako.

"Kailan ka ba talaga magbabago?" singhal ni Papa.

Pagkatapos mabulyawan ay magngingitngit ako sa galit. Padabog akong lalabas ng bahay at sa hangin ko na lang nilalabas ang inis ko.

"Magbabago na! Magbabago na! Gago!" Putang-ina. Punyeta. Letse. Bwiset. Bad trip na naman.

Ngayon, kami na lang ni Mama ang nasa bahay. Hindi ko na magawang magpatugtog ng metal. Hindi ko na rin alam kung papa'no pasasayahin si Mama. Mula kasi nang iwan kami ni Papa ay lagi na lang siyang umiiyak. Mabuti na nga lang at mas napadalas ngayon ang pagdalaw ng mga kapatid ni Mama.

Bumigat lalo ang mga problema ko nang makita kong bagsak ang grades ko sa dalawang subject. Hindi ko maisip kung papaano ko 'to sasabihin kay Mama. Wala na ring panahon si Vilma na pakinggan ang mga problema ko. Sa barkada, doon ako tumakbo.

Ipinakilala ako ni Arnel kay Erning Sungay.

"Erning, bagong katropa."

"Jef, pare."

"Green apple?"

"Wala tayong sabit kay Jef. Okey 'to."

Bato naman ngayon. Libre ang unang tikim. Isang gramo. Tapos, hindi ako makakain. Parang uhaw na uhaw ako. Uminom kami nang uminom pero hindi ako nalalasing. Hindi ko makalimutan ang mga problema ko sa school, sa bahay, at kay Vilma. Inubos ko na ang natitira ko pang pera sa shabu para madagdagan ang tama ko at para mawala na ang mga iniisip ko.

Dinala 'ko ng malakas na agos ng karagatan kasabay ng pag-anod sa mga problema ko. Mas malawak ang karagatan kaysa himpapawid. Napakaraming isda at lamandagat. Ang amats sa akin ay hulihin ang mga dambuhalang halimaw ng karagatan. Malayong-malayo ang mundo na pinuntahan ko, mundong gawa ng shabu. Achieve talaga ang nirvana.

Pagkaraan ng ilang araw sa karagatan ay nahimasmasan na ako. Kasunod noon, pinatawag ng principal ang aking mama.

"Nasa anak po ninyo nakasalalay ang pagpapatuloy ng kaniyang pag-aaral. Kung magpapasok lang siya ay maaaring makahabol pa."

"Huwag po kayong mag-alala at kukumbinsihin ko ang anak kong si Jef."

Sabi ko kay Mama ay ayoko nang mag-aral, pero kinumbinsi pa rin niya akong magpatuloy.

"Kumuha ako ng sideline sa ibang kumpanya para madagdagan ang kinikita ko. Makakapasok ka pa rin sa pribadong paaralan."

Kaya kahit hatinggabi na ay nakikita ko pa ring nagtatrabaho si Mama. Ni isang beses ay hindi ko siya nakitang nag-absent sa trabaho. Para ngang hindi na siya nagpapahinga.

Hindi ako huminto sa pag-aaral. Pero hindi pa rin huminto ang pag-iskor ko ng droga.

"Sige na, Jef, bitin lang talaga 'ko. Alaws lang 'ko bread. Baka meron ka pa diyan. Kahit piso."

"Gago! Alaws na tayo maiiskor ngayon dahil madilim na! Bad trip ka, 'tol."

Ang hina sa diskarte. Gustong humits pero ngayon lang iiskor. Di niya ma-gets na kapag tirik lang talaga ang araw, tsaka merong tulak.

"Sige, kitakits bukas sa kanto ng Sunog-Apog at Benita. Alas-dose nandoon na 'ko."

"Kosa, sige na, baka naman may natitira ka pa ..."

Matagal-tagal na rin akong bumabatak pero hindi ako makulit. Kaya lang, konting diperensiya ay nananapak ako agad. Kapag rumesbak, dawit na ang buong tropa. Rambulan na kami. Presinto lagi ang bagsak. Iilan na lang yata kaming basagulero sa Tondo. Marami na kasing praning ang nahinog sa lugar namin at sinalvage na silang lahat. Hindi kasi nila kabisado ang lagayan sa mga pulis. Siyempre shabu rin ang pansilaw sa mga parak. Ikanta mo lang sa kanila kung saan may magandang tulak ay siguradong aalagaan ka pa nila.

"Hoy! Anong gulo 'yan?"

"Bosing, napadaan kayo?"

"Ikaw na naman, Jef, kabisado na kita!"

"Sir, hindi trobol 'to. Bespren ko 'tong si Alvin. Lab ko nga 'to, e."

Nasanay na nga rin ako sa mga parak. Hindi ko na rin mabilang kung ilang beses na 'kong isinakay sa patrol nila.

"Batsi ka na Alvin at baka magulpi pa kita. Pasalamat ka na lang di tayo kinapkapan ng mga parak."

Kung bagong lipat ka sa aming lugar, mapapansin mo agad ang mga bumabatak at nagtutulak. Kasi halos araw-araw, kapag tanghaling tapat ay nagtatakbuhan sila sa gitna ng kalsada. Kailangan kasing makahabol kami sa mga supplier bago matapos ang break time ng mga parak.

"Sige na, 'tol, kunin mo na 'tong CD player ng kumpare ko."

"Kahapon relos ng 'insan mo, ngayon CD player naman. Pagkatapos, ano pa? Kaluluwa mo, hindi mo ba ibebenta?"

"Ano ba? Bibilhin mo ba o hindi?"

"Jef, huwag ka ngang namimilit ..."

"E, kasi nga kailangan na ng kumpare ko."

"Pati 'ko pinaglololoko mo. Tanghaling tapat na naman kasi kaya ka nagkakaganyan ..."

Halos lahat na ng gamit ko ay naibenta ko na para lang makabatak. Mula sa panyo, medyas, pantalon, polo, papel de ahensiya hanggang sa sepilyo ay naibenta ko na. Kulang na nga lang, isangla ko pati ang brip ko. Pati mga gamit sa bahay ay naibenta ko na kaya halos palayasin ako ni Mama. Kapag walang-wala, pati pagnenenok ng gamit ng kapitbahay ay trip kong karirin. Kahit ano gagawin ko, magkapera lang pambatak.

"Gusto mo pa bang makatungtong sa kolehiyo?" Si Mama. Nangungulit na naman.

"Bakit pa?"

"Itigil mo na 'yang walang kuwentang bisyo mo!"

"'Wag n'yo na 'kong pakialaman sa buhay ko!"

"Anong klaseng buhay ba 'yan?"

"E, di buhay pasaway!"

Hindi na talaga nagsawa si Mama sa pangangaral sa akin. Pero madalas ko siyang makitang umiiyak pagkatapos akong sermunan. Gusto na nga raw niya 'kong iparehab. Minsan, hinahayaan niyang ang mga tiyahin ko na lang ang manermon sa 'kin. Hindi ko na talaga alam kung kelan ako magbabago at kung papaano. Ang madalas kong sabihin ay hinihintay ko lang ang tamang pagkakataon.

"Jef, kawawa naman si Alvin. Itinumba na ng mga parak. Nahuling nangholdap. Dead on the spot."

"Shunga kasing dumiskarte, 'tol."

Malabnaw na siguro ang utak kaya natimbog. Di niya 'ko gayahin, ilang cellphone na ang nadale ko, pera agad. 'Wag lang kalilimutan ang porsiyento ng mga parak para alaws huli.

"Tumigil ka na sa pag-aaral, magtrabaho ka na lang." Desperado na talaga si Mama. Nagbabaka-sakaling ito ang magpabago sa 'kin.

"'Wag kayong mag-alala, mag-a-abroad na lang ako."

Makaiwas na nga kaya ako sa bato pag nagkatrabaho? Sabagay, pag nagkataon 'ala na 'kong problemang pang-iskor. Di pa hinahabol ng mga parak.

"Mag-asawa ka na nang matuto kang maging responsable." Naks. Bagong hirit na.

"Ma naman, rapsa-rapsa ng buhay ko pag-aasawahin n'yo 'ko."

"'Tado ka! Anong rapsa-rapsa? Buhay ba 'yang matatawag?"

Minsan naman pinagbigyan ko si Mama. Attend daw kami ng prayer miting. Alang epek. Ayaw tumalab ang mga kamay nilang nakapatong sa ulo ko. Speak in tongues pa sila. Di ko makita 'yong heaven na sinasabi nila. Pero sila ang tindi ng amats.

'Yoko na! Tigilan n'yo na 'ko! Magbabago na kung magbabago. Kaya nang may dumaan sa harap ng pinto namin na mangangaral, guru, pastor, o kahit tagapagligtas pa ang tawag nila ro'n, pinatos ko na rin. Tapos ay maghapon akong nagkulong sa kuwarto at nagbasa ng Biblia. Tatlong relihiyon ang pinasok ko sa isang linggo makalimutan ko lang ang droga. Pero iba ang pakiramdam ng katawan ko, biglang nanginginig ito pero pinipigilan ko.

"Kosa, 'nong nangyari sa getup mo? Pormal ka ngayon."

'Tangna! Eto na naman ang mga kumag. Buti na lang di ko nadala 'yong Biblia, dyahe pag nakita nila.

"'Musta?"

"'Nong 'musta? 'Yong pinag-usapan natin, Jef?"

"A ... Alas-dose sa dating kanto. Roger, 'tol."

Sabi ko pa naman kay Lord, di na 'ko babalik sa kanto. Magkikita pa naman kami ng mga nakarekober na durugista. Papaano ko malalaman ang mga ginawa nila sa pagkalas sa droga? Kung sila nga nakaya nila, ako pa?

Yosi muna. Di ko naman naipangako na di na 'ko magyoyosi. Magtatatakbo na naman ba 'ko nang tanghaling tapat sa kanto? Maglaho na sana 'yong mga kalyeng 'yon. Pero ang mga nagtatatakbo ro'n ang isa-isang naglalaho, e. Di bale, madami pa naman silang nagtatatakbo sa kantong 'yon. Sila na lang. Tigok naman ako sa katransaksiyon ko pag sumablay sa usapan.

Tigok kung tigok. Itumba na nila kung itutumba. Kung kinakailangang putulin ko ang mga paa ko para di makarating sa kanto, putulin.

Shit! Ang daling sabihin. Bahala na.

Panunuluyan
Henri Rose R. Cimatu

Sumuot ang liwanag sa bawat ukit ng pader na bato. Hudyat ng angking kapangyarihang sakupin ang puso ng simbahan ang galamay na ito ng araw. Payak ang estruktura at hindi kakikitaan ng anumang kagarbuhan. Ang ibang simbahan, nagyeyelong hawla ng mga higanteng tsandelyir at nagkikintabang poon. Sa San Isidro, hukluban ang mga pader at nagnanaknak ang mukha ng mga imaheng nakahilera sa altar nito. Bukod dito, kumapal na rin ang libag ng sahig na nililinis na lamang ng mga tuhod ng mga debotong paroo't parito.

Tatlumpung taong saksi ang simbahan sa iba't ibang buhay ng mga parokyano nito. Iba't iba ang mga taong pumupunta rito. May mga debotong araw-araw nagnonobena sa mga poon; ang iba, pumupunta lamang kung may mahahalagang okasyon sa kanilang buhay. Ang tawag ng karamihan dito ay mga parokyanong KBL (kasal, binyag, libing).

"Mga kapatid, napakahalaga ng araw na ito. Gugunitain natin ang pagsunod nina Jose at Maria sa Panginoon. Pinili sila ng Panginoon at sa kanilang pananalig, nilalang ang Panginoong Hesukristo bilang tao. Sa Kaniyang pagiging tao'y nailigtas tayo mula sa ating mga kasalanan. Ang araw na ito ay inilaan upang papurihan at pasalamatan natin ang ating Lumikha," panimula ni Father Torribio.

Sa loob ng simbahang ito ng San Isidro, samot-sari ang taong nakikinig sa paring papaubos na ang buhok sa katandaan. Araw ng Pasko kaya't puno ang simbahan ng mga pamilyang sabay na nagsisimba upang ipagdiwang ang okasyon. Maingay ang kapaligiran dahil na rin sa mga batang paroo't parito. May mga sanggol ding nag-iiyakan dahil sa sikip at init sa loob ng simbahan. Ngunit, malakas at maimpluwensiya ang tinig ni Father Torribio. Bawat salita'y naglalayong sumuot sa kalooban ng sinumang may puso upang makinig sa natatanging mensahe ng pari.

Ang San Isidro, bugtong na anak ng Baclaran at Quiapo. Isa't kalahating oras man ang layo mula sa Maynila, ang amoy at kulay nito'y hindi nalalayo sa masikip na lungsod. Kanlungan ng merkado, nariyang isang dipa mula sa pintuan ang iba't ibang kalakal na sumasalamin sa buhay ng mga tagalungsod. Nakabibingi ang hindi magkamayaw na panghihimok ng mga tindera ng samot-saring gamot sa sakit sa puso, kanser, at inuming pamparegla para sa mga dalaga o sa mga hindi pa nadadala. Kilala rin sa mga parokyano ang mga mumurahing kuwintas, milagrosong santo, krus, anting-anting, at itim na kandila. Mabili sa lahat ang itim na kandila. Paniwala ng ilan, mabisa ito upang gantihan ang mga taong nagkasala sa kanila. Itim at hugis-tao ang mga kandila. Sa pagsindi ng kandila, may isang pangkaraniwang tao ang pinaniniwalaang paparusahan nito. At kung epektibo ngang nakapaghihiganti ang mga taong nagsisindi nito, malamang sinusunog na rin ang kinabukasan ng kung sinumang pinaglaanan ng kandila.

Talipapa naman ang matatagpuan isang dipa papasok mula sa pintuan ng simbahan. Abala ang iba sa pakikipagkuwentuhan, pagpuna sa mga kasuotan ng katabi, pakikipagtext, at maya't mayang pagtingin sa kanilang orasan. Samantala, nakatalukbong ang ilang deboto habang nagnonobena sa gitna ng sermon ng pari.

Mula sa altar, ikatlong hanay bandang kaliwa, makikita ang isang hindi katandaang babae. Bagama't hawak ang rosaryo sa kaliwang kamay, taimtim na nakikinig si Aling Nida sa panimulang salita ng pari. Palasimba si Aling Nida at naniniwala siyang malaki ang naitutulong nito sa mabuting takbo ng kaniyang buhay. Bukod dito, aktibo siyang kasapi ng karismatikong grupong naglalayong paigtingin ang isang Katolikong pamilya. Samantala, ang anak niyang si Grace ay aktibong kasapi ng Children of Mary, isang pangkat ng mga kabataang kakatawan sa bagong mukha ng mga Katoliko. Madalas, nagtuturo sila ng katekismo sa mga bata at nag-oorganisa ng mga programang hihimok sa ibang kabataang sumali sa kanilang grupo.

Alas-siyete na ng umaga, araw ng Pasko. Mag-isa si Aling Nida sa kaniyang pagpunta sa simbahan. Hindi na niya ginising pa ang anak upang samahan siya sa pagsimba. Alam kasi niyang puyat ito kagabi kaya't minabuti na lamang niyang magsimba nang mag-isa. Nagmamadaling umalis si Aling Nida at iniwan ang anak na mahimbing pang natutulog sa kama.

Payak ngunit maaliwalas ang inuupahang tirahan ng mag-ina. Dalawa ang kuwarto nito at malapit sa paaralan kung saan makapagtatapos si Grace ng hay-iskul. Malaki ang pangarap ni Aling Nida sa dalaga. Matapos mamatay ang asawa, tatlong taon na ang nakararaa'y umikot ang mundo niya sa nag-iisang anak.

Bukambibig ni Aling Nida si Grace. Bukod sa matalino, may angking ganda rin ang labing-anim na taong gulang na dalaga. Kinokoronahan ng umaalong itim na itim na buhok ang hugis pusong mukha ni Grace. Maaliwalas ang mukha niya at madaling napatatawa. At hindi tulad ng ibang kabataan, alam na ni Grace ang karerang nais niyang kunin sa kolehiyo. Nais niyang maging arkitekto. Nais niyang lumikha ng mga disenyo ng naglalakihang bahay, gusali, at simbahan. Sa katunayan, nakikita na niyang balang-araw, siya ang gagawa ng makabagong disenyo ng simbahan ng San Isidro. Gagawin niya ang San Isidro na isang malaking simbahang kukupkop sa napakaraming deboto.

"Puno ng pananampalataya, naglakbay sina Jose at Maria sa Nazareth. Labing-apat na taon si Maria nang sabihin ni Arkanghel Gabriel na sa sinapupunan niya magmumula ang Tagapagligtas. Napakabata, ngunit buong pusong tinanggap ng dalaga ang nais ng Panginoon. Hindi na nagsumiksik ang kawalang-loob dahil nanaig ang katatagan ng dalaga."

Malakas ang loob ni Grace. Anumang suliranin ay hinaharap niya nang mag-isa. Mahal na mahal niya ang kaniyang ina kaya't hindi na niya nakukuhang magsabi pa rito ng kaniyang mga problema. Nais niyang manatili sa imahen ng ina ang masunurin at mabait na anak. Maraming pangarap ang dalaga at walang sinuman ang makapag-aalis nito sa kaniya.

Ngunit pansin kamakailan ni Aling Nida ang malamlam na mata ni Grace. Ang katwiran ng dalaga, puyat at pagod siya sa sunod-sunod na pagsusulit sa eskuwela. Totoo naman, kahit minsan, hindi naging pabaya si Grace sa mga gawaing pampaaralan. Alam niya na may kakayahan siya at may angking talino kaya't pinagbubuti niya ang kaniyang pag-aaral. Sa totoo nga'y malamang na magtapos siya nang may karangalan. Isa si Grace sa mga inaasahan ng kaniyang mga guro na magtatapos nang may pinakamataas na marka. At dahil nagtuturo rin sa nasabing paaralan si Aling Nida, may kumpiyansa na ang mga guro sa dalaga. Bukod dito, aktibo rin si Grace sa Children of Mary. Sa grupong ito nakilala niya ang halos lahat ng kaniyang mga kaibigan.

Sa mahabang taon, wala namang binigo ang dalaga. Si Grace, maganda, matalino, at may direksiyon ang buhay. Madalas siyang pinupuri sa paaralan dahil iba kung mag-isip ang dalaga, "parang beinte anyos na kung mag-isip ang batang iyan!" Kaya't hindi nakapagtatakang si Grace ang makatanggap ng *St. Therese the Child Jesus Award* sa kaniyang paaralan. Si Sta. Teresa, ipinaglaban ang sariling puri nang pagsamantalahan sa kaniyang murang edad. Isang inspirasyon ang ganitong parangal sa panahong palasak ang imoralidad at maagang pag-aasawa ng mga kabataan.

"Isang birhen ang magpapatunay na ang Panginoon ay walang bahid ng anumang kasamaan. Mula sa isang birhen, dalisay ang dugong mananalaytay sa dugo ng Tagapagligtas."

Ngunit hindi maaaring mangyari ang ganito. Matagal itinanggi ni Grace sa sarili ang kaniyang problema. Alam niya, napag-aralan niya ito sa klase. Ang mga pagbabago sa kaniyang pakiramdam, ang maya't mayang pagkahilo, lahat ay tila nagkakasundo upang sabihing totoong nagdadalantao siya. Ngunit maaari kayang maulit ang Imakulada Concepcion? Tutal, napakalapit niya sa simbahan, sa Kura Paroko, at madalas kasama ang ina sa pagrorosaryo. Tama, baka magandang panaginip lamang ang mga nangyayari sa kanila ng kasintahang si Mike. Wala naman kasing saksi sa tuwing naiiwan sila sa kanilang bahay dahil gabi na kung umuwi ang ina. Tama, maaaring bunga lamang ng imahinasyon ang kaniyang problema.

"Nanaig ang pag-ibig ni Jose kay Maria at buong tapang niyang hinarap ang responsibilidad sa dinadalang sanggol ng kasintahan. Noong una'y nagdalawang-isip siya sa mga bagay-bagay, ngunit ipinahayag ng anghel na kailangang magtiwala siya kay Maria. Maraming sasabihin ang mga tao sa kanila ngunit hindi ito alintana ni Jose. Ang alam niya, ayaw niyang dalhin ito ni Maria nang nag-iisa."

Isang taon nang magkasintahan sina Mike at Grace. Matanda nang apat na taon si Mike sa dalaga at magtatapos na ito sa kaniyang kursong nursing. Kumpiyansa ang ina sa relasyon ng binata sa dalaga dahil kilala naman ni Aling Nida ang pamilya ng binata. Aktibo rin ang mga ito sa simbahan at katunayan, inaanak pa niya ang nakababatang kapatid ni Mike. Madalas, niloloko rin ni

Aling Nida ang anak na baka hindi na ito nagiging tapat sa kasintahan. Kasi naman, maraming tumatawag at dumadalaw sa dalaga. "Pangalagaan mo ang relasyon mo kay Mike. Mabuti siyang bata."

Ang paalalang ito ang karayom sa puso ni Grace. Hindi niya maubos-maisip na maaaring gumuho ang pagtitiwala ng ina sa kaniya. Ayaw rin niyang tanggapin na puwedeng masira ang pangarap na kasaganaan ng ina para sa kaniya.

Mula nang mamatay ang ama, alam ni Grace na wala silang maaasahan kundi ang lakas ng bawat isa. Mabuting ina si Aling Nida. Ibinibigay niya sa dalaga ang lahat ng mga pangangailangan nito. Mabuting anak din si Grace. Lahat ay gagawin niya huwag lang gumuho ang mga pangarap para sa ina.

Ganoon din ang agam-agam ni Mike. Hindi alam ng binata kung ano ang gagawin sa suliraning tumambad sa kaniya. Panganay siya sa tatlong magkakapatid at kailangan niyang tumulong sa kaniyang pamilya. Nakaplano na ang buhay niya. Pagkatapos niya sa kolehiyo'y nais na niyang mangibang-bansa upang bigyan ng mabuting kapalaran ang pamilya. Labag man sa kalooban, kailangang iwan ni Mike ang nobya para sa umaasang pamilya.

Ayaw maghabol ni Grace. Nang malaman niya ang tungkol sa pagbubuntis, alam niyang wala siyang maaasahang suporta mula sa kasintahan. Noong una'y inisip din niyang papanagutin ang binata. Ngunit sa huli'y naisip niyang marami ang masasaktan kung ipagpapatuloy pa niya ang pagbubuntis.

"Matagal na naglakbay ang mag-asawa sa gitna ng lamig at kadiliman. Si Jose, buong pagsisikap na inalalayan si Maria. Alam niyang kailangan ng asawa ang lahat ng suportang maibibigay niya. At magsumiksik man ang takot at pangamba, alam nilang nariyan ang Panginoon upang gumabay sa kanila."

Dumaraing na ang mga paa ni Grace sa mahabang paglalakad. Nag-aapoy na ang talampakan dahil sa pabalik-balik na paglakad sa isang maliit na eskinita sa Quiapo. Nag-uunahan sa pagtakbo ang mga butil ng pawis. Kanina pa siya paikot-ikot na tila wala naman siyang patutunguhan. Sa unang pagkakataon, gumawa ang dalaga ng desisyong hindi niya kailanman napagplanuhan. Ang alam lang niya, pagkagising niya't nalamang wala ang ina, hinila na siya ng kaniyang mga paa papunta sa kung saan. Hindi niya alam kung ano ang gagawin niya o kung saan siya pupunta. Basta, hahanapin niya ang solusyon sa kaniyang hindi maunawaang problema.

"Matapos ang samot-saring pagtatanong at pakikiusap, nakahanap rin ng matutuluyan sina Jose at Maria. Isa itong sabsaban, payak ngunit batid nila ang kabutihang-loob ng may-ari. Nanuot ang lamig ng simoy na tila hininga ng niyebeng pilit nagsumiksik sa loob ng kanilang mga balat. Gumawa ng paraan si Jose at nagsunog ng ilang dayami upang magsilbing tagapag-init at ilaw sa kaniyang si Maria."

Nakapagtataka, buwan ng Disyembre ngunit tila maalinsangan ang paligid. Nais nang magpahinga ni Grace. Mahigit isang oras na siguro siyang sumusunod sa dikta ng kumikirot niyang mga paa. Buti na lang at naalala niya ang kuwento ni Sheila, isang dalagang tinulungan ng Children of Mary. Ayon kay Sheila, tinangka niyang ipalaglag ang kaniyang sanggol sa isa sa mga klinika dito sa Bgy. Salvacion. Halos kaedad niya ang dalaga, at hindi niya maubos-maisip na kasalukuyang tinatahak niya ang daang minsang tinahak din ni Sheila. Ilang klinika na rin ang pinuntahan ni Grace. Hindi niya alam ngunit mukhang mali pa ang tayming, Pasko nga pala! Natural, sarado ang mga klinika. Hindi naman sinasadya ni Grace na itaon ito sa Pasko. Ngunit kung hindi ngayon, kailan pa?

Nahati ang daan sa dalawang magkahiwalay na eskinita. Pinasok ni Grace ang bandang kaliwa. Hindi pamilyar ang lugar sa nangingiming dalaga. Masikip ito at tila hindi nasisinagan ng kaninang mabagsik na araw. Sa kaniyang pagmamasid at pagtatanong dinala siya ng kaniyang mga paa sa puso ng eskinita. Isang natatanging klinika, anumang araw, malugod na tumatanggap ng mga bisita.

"Malakas ang sigaw ng bata kasabay ng nagpupugay na tunog ng trumpeta sa kalawakan. Nagdiwang ang buong kapaligiran at binalot ng isang nakamamanghang liwanag ang paligid ng sabsaban. Walang makapaghihinding tunay na mahalaga ang araw na ito. Araw ito ng buhay, pag-asa, at pag-ibig. Ang batang ito ang magiging tagapagligtas, ang magbubuwis ng buhay sa krus upang malinis ang ating mga kasalanan."

Malakas ang sigaw ng kalooban ni Grace, ngunit nakabibingi ang sigaw ng sanggol. Habang ipinipilit ang instrumentong huhugot at dudurog sa kaniyang sanggol, sumigaw rin ang sanggol at nanlaban sa loob ng sinapupunan ng ina. Ang sanggol, may isip at nagmamakaawang pakawalan na siya ng instrumentong nais sumukob sa kaniya. Lumalayo siya. Nagpupunta siya sa iba't ibang direksiyon habang tumatangis ang mga likidong pumapalibot sa kaniya.

Samantala, bingi naman ang pader na bato sa loob ng silid. Walang nakapapansin ng hinanakit ni Grace dahil nakikisawsaw na lamang ito sa ingay ng lumang aircon sa silid. Tahimik rin ang mga nagbabalat na berdeng pintura sa loob. Marahil, pagod na ito sa kabibigay ng kunwang pag-asa sa mga ina. Payak ang silid, walang makikitang anuman kundi ang isang lamesitang gawa sa kahoy, lumang aircon, kama, at krus na nakasabit sa pader sa bandang itaas ng kama. Tulad ng lamesita, pintura, at pader, tahimik ring nagmamasid ang krus sa mga nagaganap sa kaniyang paligid.

Ilang sandali ay kinarit ang ibabang bahagi ng sanggol. Paroo't parito ang galaw, akmang dudurugin ang bawat bahagi hangga't ito'y mahimay sa maliliit na parte. Parang masisiraan ng ulo ang sanggol dahil hindi niya malaman ang dapat gawin. Paano nga ba niya maipagtatanggol ang sarili? Saan siya maaaring pumunta at kanino siya maaaring magsumbong samantalang lahat ay binging nagmamasid sa kaniyang unti-unting pagkatalo? Walang nagawa ang sanggol kundi ang tumangis. Makaraan ang ilang sandali'y sumama na sa katahimikan ng paligid ang tumatangis na sanggol.

Kulay dugo ang langit, bakas ng naranghang tila nakikipag-agawan ng kapangyarihan sa kulay pulang kalawakan. Humiyaw si Grace. Ang hindi magkamayaw na tinig niya ang naghudyat ng kaniyang hindi maipaliwanag na sakit. Hindi niya alam kung anong sakit ito, kung ito ba ay dulot ng sakit ng katawan o sakit ng isang pangyayaring hindi kailanman maikukubli ng sarili niyang konsiyensiya.

Napakahaba ng prosesong ito para sa dalaga. Pakiramdam niya'y ilang taon siyang nakahimlay sa kama habang hinihintay ang hatol ng sariling kamatayan. Kamatayan ito para sa kaniya. Ang bawat sigaw ng kaniyang sanggol, ang pagmamakaawa ay tila mga busal na pumipigil sa kaniyang paghinga. Ngayo'y tila nais niyang ihabi ang realidad sa kathang-isip. Nais niyang bumuo ng mundong aakma sa kaniyang sariling panlasa, pang-amoy, at pandama. Nais niyang lumipad papalayo sa katotohanan malagas man ang pakpak ng bawat bahagi ng kaniyang kaisipan.

Patuloy na sumakit ang buo niyang katawan. Nalumpo ang kaniyang puso habang tumatakbo ang malakas na enerhiya sa sariling dugo. Samantala, wala na ring magawa ang kaniyang mga ugat kundi ang manatili na lamang sa kanilang abang kalagayan. Habang ganito, nagkagulo ang isipan ng dalaga manlaban man ang daluyang dugo sa mga nais sumakop dito. Unti-unting sinilaban ng kahinaan ang kaniyang pagkatao. Marahang pumasok ang kaguluhan at unti-unting sinipsip ang lakas, katinuan, at kaniyang sariling paggalang. At sa loob ng kaniyang utak, makikitang nakikipaggitgitan ang kaniyang talino upang makatakas sa kamandag ng kabaliwan.

"Mga kapatid, si Hesus, sanggol na ipinanganak sa isang simpleng sabsaban. Ipinagkaloob siya ng Panginoon upang tayo ay maging malaya. Ang ating Diyos na nagkatawang-tao upang iligtas tayo sa ating mga kasalanan."

Ilang minuto'y natapos na rin ang misa ni Padre Torribio. Isa-isang lumabas ang mga tao. Ang iba'y yamot na nakipagsiksikan sa masikip na simbahan; ang ilan, nanatili upang magpahid ng panyo sa mga nakatindig na poon.

Tulad ng nakagawian, uuwi sa kani-kanilang tahanan ang mga taong kagagaling lamang sa misa. Pagsasaluhan nila ang mga natirang handa mula sa Noche Buena o hindi kaya'y magbubukas ng mga regalong pamasko. Ilang araw rin naman nilang pinaghandaan ang okasyong ito. Marami ang nakipagsiksikan sa palengke upang kahit papaano ay may ihain sa hapag at may mapagsaluhan pagkagaling sa simbahan.

Alas-nuwebe na ng umaga at nagmamadaling umuwi si Aling Nida. Hindi niya namalayang nakaalis siyang hindi man lamang naipagluluto ng agahan si Grace. Kawawa naman si Grace, bulong niya sa sarili, tiyak gutom na iyon. Pero hindi bale, siguradong makikita naman niya ang natirang hamon at pansit sa ref. Ibabalot pa niya ang biniling kuwintas. Siguradong magugustuhan ni Grace ang hugis-pusong palawit ng kuwintas.

Introduction
From Behind the Bookshelf: Literature for Young Adults in the Philippines
Carla M. Pacis

The genre of literature for young adults (YA) is still in its infant stage in the Philippines—even younger than its sibling, children's literature—and not yet fully understood or integrated into the academic and literary circles. To paraphrase Rebecca Lukens, author of *An Introduction to Children's Literature* (Longman, 1999) it is not a lesser type of literature than that for adults but rather of a different degree. Susan Cooper, author of the modern classic fantasy series *The Dark Is Rising*, in her essay, "Talent Is Not Enough" (*Dreams and Wishes, Essays on Writing for Children*, McElderry Books, 1996) says, "If we are trying to estimate the excellence of a work of art, we must use terms that apply to all works of art in that field. We are being unfair to children if we assume that their literature deserves anything less." In her review of a young adult novel for *The Philippine Journal of Education* (January 2005), Amelia Lapeña Bonifacio, Professor Emeritus and University Professor at the University of the Philippines and founder, playwright, and artistic director of Teatrong Mulat, the Philippines' only puppet theater, begins her essay with this paragraph: "The novel for young adults is of recent vintage. It used to be that a novel was written and published without any distinction as to the readers it meant to reach. The young reader then takes a chance for there was no such thing as a novel for readers his age. During those years, a young reader is advised to stick to adventure and travel books."

In this introduction, I would try to define the Filipino young adult and Filipino YA literature a little more in the hope that it will serve as a guide to parents, teachers, and librarians when choosing or recommending books for their young adult readers. I've put this essay together with help from notes from a seminar on young adult literature sponsored by the Society of Children's Book Writers and Illustrators (SCBWI), a lecture by a UP colleague, and my own thoughts on the subject as an author and teacher of young adult novels. Young adult literature should certainly not be the ultimate label and this, the ultimate definition.

In an article I wrote, "When Harry (Potter) Meets Bridget (Jones)," in response to a mislabeled award, which Alfred A.Yuson printed in whole in his column in *The Philippine Star* ("Missed Labels and Other Awards," August 30, 2004), I pointed out that the label "young adult literature" was coined by American publishers to distinguish the books written for adolescents from those written for children or adults. The labels adolescent literature and juvenile fiction were dropped for being too derogatory. Teenage fiction may be a little too casual and may confine this kind of literature to the high school audience. This tag and its accompanying definition may be adequate for the American market and at the moment will have to serve as ours until we can come up with our own definition of this type of literature to suit our culture, reading and comprehension levels, reading habits, and preferences.

In his groundbreaking lecture, "The Role of the Filipino Writer of Young Adult Literature in English," Prof. Gerardo Los Baños of the University of the Philippines has tried to define both YA literature and the young adult. He mentions Dr. Cecilia Gastardo-Conaco et al.'s, definition of adolescence as "all individuals between the ages of 10 and 19" (*Filipino Adolescents and Changing Times*). The World Health Organization (WHO) further presents subclassifications of early adolescence (10-14) and late adolescence (15-19). This is the very market that publishers of YA literature like Cacho Publishing Inc. and Anvil Publishing Inc. have defined for their YA titles.

YA literature has its own peculiarities, very different from those of children's literature. While children's books are generally chosen by parents, teachers, and librarians, YA books can be divided into two categories—those chosen *by* the adolescent audience and those chosen *for* them. A sample list of titles that are required reading at an all-boys private high school in Metro Manila shows that a) this list may not have been changed in at least ten years; b) preference is still for books found in the Western canon; c) these books (except one) were not written specifically for young adults; d) may not be appropriate reading fare in terms of reading levels, comprehension, and relevance; and e) may turn off students from reading and literature.

But while adolescent readers will read just about anything from self-help books to poetry, they also tend to be genre and/or gender fixated, preferring to read only, for example, science fiction or those that have same gender characters; for example, Nancy Drew for girls or Hardy Boys for the boys.

Adolescents prefer to read stories that are about characters slightly older than themselves but not about adults. *Dekada '70* by Lualhati Bautista is required reading in many high schools. However, the main character in this gripping novel on martial law is the mother of the family and not her teenage sons. YA literature is generally issue oriented.

The themes and subjects that matter are those that affect the Filipino adolescent and, more importantly, told from his or her point of view. Another title that has been recommended for the adolescent market is *Growing Up Filipino: Stories for Young Adults* collected and edited by Cecilia Manguerra Brainard. However, many of the stories in this collection are mostly recollections of the authors' youths and often carry a tone of nostalgia. Los Baños's paper cites Nilsen and Donelson (*Literature for Today's Young Adults*) as saying that the nostalgic tone tends to alienate the young adult audience who may see this as condescension. A story that has for its main character an adolescent is not necessarily for adolescents.

Another aspect to consider whether a work is for young adults or not, is authorial intent. In the same paper, Los Baños asks, did the writer intentionally target the young adult as his or her audience? As in writing for children, it makes a lot of difference when the author consciously makes considerations he/she otherwise would not.

No subject is taboo or inappropriate in young adult literature. In the US and UK today, the line between YA and adult literature is almost invisible in terms of the themes and subject matter that authors choose. This is not the same with Filipino YA literature that can be characterized as being conservative. We belong to a society that continues to be very furtive about many issues that urgently need to be discussed with young people. Such is the issue of homosexuality. Agay C. Llanera's "Girl Meets Girl," the last story in the English section, bravely tries to discuss this controversial issue where Anya, a student at an all-girls school, experiments with lesbianism.

It is therefore with great pride and much joy that I introduce the eight stories written in English in this first ever English/Filipino collection of short stories written specifically for the Filipino young adult. The stories are arranged by themes that I thought were appropriate for the early adolescent leading up to those that may be regarded as controversial and appropriate for the late adolescents. It is only by sheer coincidence that the stories in the English collection were all written by women and the main characters of all the stories, except one, are female. The narrator of Mae Astrid Tobias's "Sweet and Tender Hooligans" is a college boy who is in love with his younger female childhood friend. He tries to prevent her from making the wrong choices but in the end knows that only she can save herself.

The first story in this section is Heidi Emily Eusebio-Abad's "My Brown Bony Knees." This is the first of the three stories that tackle the issue of the body image, which female adolescents are extremely sensitive to. Claire wants badly to be part of her school's cheering squad. She thinks her brown bony knees are an embarrassment and won't even try out for the squad. But something unexpected happens and as the author perfectly puts it, "Claire gets to the top of her pyramid dream." My own story, "There Was This Really Fat Girl ..." is about Ana who needs to lose ten pounds for the prom that is in a month. Out of desperation, she resorts to extreme measures and suffers the consequences in return. (This story was first published in *Meg*, a magazine dedicated to adolescent girls, a bold and unprecedented move, considering that fashion magazines encourage girls to have very unrealistic views of their bodies.) Another prom story that combines body image with sexual awakening is Rachelle Tesoro's "Cinderella and the Night of the Prom." Darlene, the overweight protagonist, comes to terms with herself at the expense of her unfortunate best friend Sheila.

Relationships of any kind—whether filial, fraternal, or romantic—are never easy. For adolescents, these relationships are extremely important and yet, they need to learn how to maneuver around them. "Angel" by Lin Acacio-Flores sensitively explores some of these different relationships along with the experience of drug abuse. Raissa Claire Rivera aptly describes her story "Peanut Butter Kisses" with these sentences: "Everyone dreams that their first love and first kiss will be something magical, something out of fairy tales and romance novels. Things do rarely turn out that way in life." That is also exactly how it is for Bell, the heroine of Perpi Alipon-Tiongson's story "Boogers and Stalactites," a chapter in a soon-to-be-published novel that hints of a strained mother-daughter relationship even as its protagonist has to deal with a school project and her professor.

There are many more issues that are of interest to Filipino adolescents that need to be written about and discussed. Nestor U. Torre in his article "More Relevant Issues for Youth Films to Tackle" (*Philippine Daily Inquirer*, March 6, 2005) lists the following as "issues that teen or young adult viewers want to see tackled on the big screen." Although they are mentioned as being specifically for film, they are applicable to literature as well. These issues are colonial mentality, weakening family ties, poverty and its effects on the youth, child and youth labor, quarter-life crisis, family expectations, peer pressure, what to do with one's life, freedom without responsibility, premarital sex, how technology both connects and isolates, excessive importance to trends and fads, apathy, lack of good education and how it limits young people's awareness of reality and their future prospects, a quick-fix attitude, how convenience produces spoiled brats, excessive individualism, dream of a better life abroad, drugs, broken home lifestyle, excessive fixation on celebrity, and gossip.

Hopefully, this YA anthology will inspire more writers to write for the young adult audience and contribute to the growing body of work specifically written for the Filipino adolescents who need to have their own adolescent hero, even as Holden Caulfield continues to haunt the high school classrooms.

My Brown, Bony Knees
Heidi Emily Eusebio-Abad

One of the advantages of studying in an all-girls, private high school is that the students have the luxury of publicly paying attention to their looks without being teased or harassed by boys. But for me, there was also a downside because it meant that my classmates could be more irritatingly candid and liberal with their comments on how they looked, or worse, on how other girls looked.

One morning, at first bell, one of my classmates suddenly tugged at my sleeve.

"Oh my gosh, Claire!" Jenny exclaimed while staring into a hand mirror. "My skin looks pale and my eyebags look like Louis Vuitton luggage. I slept late again last night *kasi.*"

I took a quick glance at her and saw only the same fair, smooth complexion she must have been born with. What eyebags was she talking about? Her facial skin, including the area under her eyes, was as taut as a stretched, white satin clutch bag.

As our line filed past a black bulletin board in a glass casing, I caught my reflection walking by. Hmm ... my face and the puffy eyelids I was born with. Definitely, Timberland backpacks.

We entered the classroom and went to our respective rows but remained standing. We were supposed to wait for the teacher to come in before we took our seats.

"Hey, Bettina," Hannah asked the girl in front of her, "what's your shampoo?"

"Gee. Why? Smells nice?" Bettina smiled.

Hannah ran her fingers through Bettina's jet-black, shoulder-length hair.

"Ya, but I was referring to the frizz-free look of your hair," Hannah said. "I use the other scent of Gee, but why does it leave my hair dry and frizzy?"

I studied Hannah's crowning glory. It looked as smooth and glossy as the pages of a *Vogue* magazine. What did she mean by dry and frizzy? My right hand automatically swept my curly bangs away from my eyes. Most of the hair just snapped back in miss-place, I could almost hear the dry, whipping sound it made. Maybe a gallon of Gee shampoo might do the trick. I wondered if Gee had a conditioner line.

The rest of the morning was uneventful. Our Math teacher decided to review the previous lesson for the benefit of those who were absent, or rather were excused from class so they could attend cheerleading practice in preparation for intramurals.

That was one excuse I would never get to use in high school. My excuses could probably be sorting the donated canned goods for distribution to evacuation centers during rainy school days, or doing last-minute editing of the HS newsletter at the vice-principal's office. But cheerleading practice? I didn't think so.

Don't get me wrong, though. These other tasks were just as important and interesting to do. They were just not—well, glamorous.

My physical build would have been great for the top of the human pyramid. I was agile, light, and very petite. Okay ... slim. Oh, all right ... really reed-thin. But anyway, I could be perfect for the top, except that my brown, bony knees would really stand out.

One day, I finally mustered the courage to ask Liza, a member of the cheering squad, how she managed to keep her knees looking clean and not stick out like two burnt bread rolls. I chose to ask Liza because she wasn't mestiza or fair-skinned like most other girls. Her skin was a golden-brown shade like mine. The strange difference, however, was that her knees had the same golden-brown color like the rest of her body. Mine was dark at the knees.

At first, I suspected dirt. So, I made sure not to kneel on floors or at least to put a clean hanky on any surface where I'd have to kneel. At bathtime, I would scoop extra lather from my legs and pile this on my knees to soak for extra minutes. At night, before going to bed, I would rub some baby lotion on both knees to make them smooth and shiny.

"Try using a pumice stone," Liza told me. "You know, the kind that scrubs off dirt and dead skin. See if that works."

Lucky we had one such stone lying in a corner of our bathroom. My grandmother would use it to scrub the thick soles of her feet.

Rubbing the pumice stone on my knees tickled at first. But once I got used to the sensation, I developed a technique of scrubbing clockwise, then counterclockwise, and finally in up-and-down strokes.

The new ritual seemed to work because bits of dead skin and loosened dirt clung to the stone. After soaping and rinsing, my knees took on a rosy tinge.

I did this every day until one afternoon, during PE class. Our teacher told us to sit cross-legged, Indian-style, on the floor, while she checked attendance. Absent-mindedly, my hands rested on both knees and started rubbing the bony patellas. I felt something like tiny grains of sand embedded in my skin.

I leaned over to look at my right knee and saw little black spots of dried-up blood—like micro-scabs scattered on my knee.

"Oh, no!" I gasped. "Now my knees are blacker than ever."

I winced at the thought of wearing shorts in front of the class. I cupped my palms over my knees to shield them from sight.

"Pssst, Claire. Blackened skin, you say?" Emily, a new classmate, whispered from behind me. "My mom says that squeezing some calamansi or lemon juice on a stain helps lighten its color."

I didn't look back, pretending not to hear, but I made a mental note to do this by the time I got home that afternoon.

And that's exactly what I did. As a pre-bath ritual, I sneaked a couple of calamansi fruits into the bathroom and squeezed one calamansi per knee. At first I felt nothing but when I started scrubbing one knee with the pumice stone, a sharp pain shot up from my knee to my thigh. The sting shocked me into immediately rinsing off the citrus juice on both knees.

Perfect! Now my knee was bleeding from minute puncture and scrape wounds caused by the stone.

So much for working at fairer, smoother knees.

In the following days, at dismissal time, I accompanied my best friend, Melissa, to cheerleading practice. Melissa had the whitest knees ever. She was blessed with milky-white complexion and a petite frame that made her perfect as the top girl of the human pyramid.

At first I had convinced myself that this activity wasn't in my league. I was too self-conscious anyway to slip into the white leotards and green miniskirt. My hair was long enough to be tied into a high ponytail, except that my stubborn, curly bangs kept getting into my eyes. And worst of all, I didn't have the knees to show. However, the longer I watched them practice, the more I dreamed of joining them.

The day of the intramurals finally came. Except for the volleyball players and cheerleaders, most of us were allowed to come to school in the white PE T-shirt and green jogging pants.

"Good," I thought to myself. "One less thing to worry about."

Still, I wasn't spared from the agony of seeing how most of my classmates managed to turn this event into a sporty fashion show. The volleyball players of each class competed not just on the courts but in their designer sports uniforms as well. To add a touch of sporty élan, the outfits had matching sun visors and wrist or knee bands.

Since I was desperately in search of ways to hide my knees, wearing knee bands would have covered them well, except that everyone in school knew that I wasn't a player or a cheerleader. Wearing knee bands would have called more attention to my knees.

The sophomore cheering squad was rehearsing behind the grandstand. I approached them to look for Melissa. Seeing that she was busy at rehearsals, I just waved a hello and good-luck.

Halfway through their routine, Melissa did a cartwheel across the foreground when suddenly her left arm folded at the elbow, sending her facedown into the ground.

I and the rest of the girls immediately ran to her. We helped her lie down flat on her back.

"Meliss," I cried.

"I'm okay." She smiled in spite of the bits of dirt sticking to her upper lip and left cheek. "But I think I sprained my elbow."

The girls in the cheering squad continued to fuss over her.

"Claire," Melissa said, looking straight at me. "Claire, you've got to sub for me."

My eyes widened. I stepped back, shaking my head.

"No ... oh, no," I wailed. "I can't even do a cartwheel."

"Melissa's right," Veronica, the head cheerleader said. "You don't have to do the other fancy stuff. But we need you for the finale."

"Yeah," some of the other girls prodded.

"Come on, Claire," Melissa pleaded. "The other girls can cover my routine. We've done stuff like that before."

"That's right, " Veronica continued. "But we need you for the top of the pyramid. Otherwise, we'll be one girl short."

By now the school nurse had arrived.

"Come with me to the clinic," Melissa said. "We have to switch clothes."

Things just happened too fast for me to realize that I had remained speechless so far. For sure, though, I was somehow convinced to just go through the motions. After all, I couldn't let everyone else down. This was an emergency.

Slipping into Melissa's pep squad uniform was easy. I was extra petite, remember? What was difficult for me was to have to expose my brown, bony knees in public.

By the time I got back to the grandstand, the sophomore team was just about ready to enter the field. The girls gave me the thumbs-up sign.

"When you hear me blow the whistle," Veronica said amid the noise and cheers, "come in from behind the pyramid and climb to the top."

That was all she could manage to tell me for they had started the dance routine.

"Ha-yay-yay," I muttered.

From behind the scene, I watched them just as I had done in the past few days. Except for a few changes in the sequence where Melissa should have been, I could anticipate what their next moves would be.

I got immersed in just being a spectator until I heard Veronica blow the whistle. Without giving myself a chance to chicken out, I dashed into the field.

"Don't stumble. Don't stumble." I thought. At the same time, I wondered what my knees looked like while I was running.

Finally, I reached the base of the pyramid. By now I was like a wound-up toy. Light-footed and on a roll, I easily climbed the backs of my teammates.

"Don't forget to smile," one of the girls said from below me.

A drum roll, then the team's final cheer.

There I was, standing on top of the human pyramid. People were clapping and cheering. Only then did I realize that nobody was looking at my knees. Or if anybody was looking, it didn't matter at all.

On that day, I made the cheering squad—brown, bony knees and all.

There Was This Really Fat Girl …
Carla M. Pacis

Ana's worst enemy was a mirror—any mirror. She had asked her mom to remove the full-length mirror on the back of her bathroom door to one that showed only her face. When her mom asked her why, she said it made her bathroom look too small. Her mom thought it was cute that Ana was taking an interest in interior design. Ana thought her body was too hideous to have to look at every day. Her mother called it baby fat and often wondered out loud when she would lose it. "Ana, darling, when will you ever lose your baby fat? You're too old to still have it." Her father always came to her defense and would say, "She's not fat. She's what people call pleasantly plump." Her older brother Joey tried hard not to snicker.

Despite the absence of the betraying mirror, its shadow around the smaller mirror reminded Ana of her body. Just looking at her model-thin best friend Kat reminded her of her body. And now, the junior prom was just a month away. Over lunch at the high school canteen, Kat brought out the original drawing of her gown to show Ana and Mikey. Kat was the fashion plate of their year and already had several modeling jobs. She liked to boast that she didn't have to ask for an allowance. The money she made from all her gigs was more than enough.

"Banjo Llana is giving it for free. And he let me bring this to show you guys. I have to return it right away or he can't start my gown."

"Oh, my gosh," gushed Mikey, "he's like the coolest co-turr-year there is! My mom's giving me the money to buy one off the rack but at Rustan's *naman*. I saw one I really liked. It's kinda expensive but my mom says she'll

98

think about it. What about you, Ana?" As cool as she could manage, Ana said, "I haven't really thought about it."

She wasn't bluffing when she said she hadn't thought about her gown for prom night. How could she? She had to lose at least 10 pounds in 30 days before she could wear that strapless gown she saw in the magazine. She had shown it to her mom's *costurera*, Tina, who had bluntly said, "*Ay anak*, you should lose at least 10 pounds to look good in that gown." She hated her mom's dressmaker who never failed to say she was too fat for the dresses she chose and then showed her dresses that were like ... hello? Totally embarrassing. She would show her. She would lose more than 10 pounds and wear that gown. But how in the world could she lose so much weight in so little time without getting drastic?

The answer reared its head a few days later. At lunch, Kat brought out the latest issue of a very popular fashion magazine. She always had the latest issues and brought them to school whenever she could. "Wait, wait! There's an article here about a really fast way to lose weight!" she said while turning the pages and glancing at Ana. Ana pretended she wasn't listening but kept one eye out for the article. "Here, here it is!" Both Ana and Mikey moved closer to Kat. Kat did them the favor of reading it aloud. "... banned substances with exotic names like Bangkok pills have unobtrusively been coming into the country through unsuspecting couriers or most likely people cashing in on this abnormal longing to be thin."

"My sister takes it all the time and she's fine," announced Kat.

Throughout the rest of the afternoon, Ana's thoughts circled around the article Kat had read aloud. Her mom would kill her if she found out she used those pills. Or would she? Even if she exercised the whole day every day until prom night and didn't eat a thing, she would never be as thin as Kat. She would also be dead. But maybe that was better than having to go to the prom looking like cotton candy and without a date. And there lay another problem.

Ana knew a bunch of boys. There were her brother's friends and those she had made at the church organization. But which one was going to agree to be her date to the prom? She didn't have the guts to ask any of them, although she wouldn't mind having Martin P. as her date. She didn't want to ask Joey to ask one of his friends to take her. That would make her a loser with a capital

L. Besides, he'd tell her to beg and she didn't want to do that. It would be cool though if she did appear at the prom with a senior guy. If worse came to worst, she would ask Joey to go with her even if he was her brother. She could lie and say he was a distant cousin. Only Kat and Mikey would know the truth. Major Loser.

While waiting for the teacher to arrive for the next class, Kat gathered the other two around her like a mother hen gathers her chicks. She tried to keep it down to a whisper but in her excitement, Ana was sure the whole room heard what she had to say. "You have dates for the prom!" Both Ana and Mikey flinched. Kat's problem was choosing whom she would go with to the prom.

"Dates?" asked Mikey excitedly.

"Who ... how?" stuttered Ana.

"My cousin Marty and his best friend!"

"I think I'm going to die right now," gushed Mikey. She had a crush on Marty since Kat had introduced him to her at the mall. So, it was assumed Marty was Mikey's date.

"Who's my date?" whispered Ana.

But before Kat could answer, the teacher walked in.

"Tell you later," answered Kat as everyone scrambled for their seats.

The suspense was killing Ana. She couldn't concentrate on Ms. Dionisio's lecture on the Filipino-American Revolution. She looked over at Mikey who had a dreamy look in her eyes. She turned to look at Kat who was looking out the window, as bored as always.

Finally, the class was over but there were several more to go before they could call it a day.

The three girls rushed to their usual spot on the steps of the library while waiting to be fetched.

"So who's MY date?" asked Ana. "You mean he said yes to be MY date?"

"You don't know him yet so what's the point?" teased Kat.

"At least give me his name!" screamed Ana in exasperation. The group beside them began to giggle. Ana turned red.

"Okay, okay. No need to get violent." All three girls hunched over as if Kat were about to reveal a very important state secret. His name's Santi Ibañez."

Ana sat up straight and took a deep breath. "Santi," she said aloud, feeling his name slide through her lips and liking it.

"Who's your date?" asked Mikey looking at Kat.

"The cutest of the three, of course." His name's Marco Martinez."

"Do you know what he looks like?" asked Ana.

"Of course!" answered Kat. "He's at Marty's house all the time. And we live in a compound, *di ba*?

"Does he know you?" asked Mikey.

"What a question!" Of course *naman*."

"As in you've talked to him?" asked Ana while looking directly at her friend. She had known Kat long enough to know she tended to exaggerate.

"We hang around the mall sometimes."

Ana had a date. One problem down another one to go.

"Guess what, Mom? I have a date!"

"Who, darling?" her mother asked excitedly.

"He's a friend of Kat's cousin Marty."

"Have you met him?"

"Not yet. But Kat's arranging we meet at the mall before the prom."

"That's good. Does Kat's mom know?

"It was her mom who actually suggested she ask her Kuya Marty."

"Sounds okay. But he has to pick you up here at the house. Your dad and I have to meet him."

"Sure, Mom."

Both let out a sigh of relief that neither noticed.

That wasn't so hard, Ana thought, as she lay in bed staring at her glow-in-the-dark stars. But I still need to lose weight! I'll skip breakfast tomorrow and eat only crackers for lunch and dinner.

By lunchtime, Ana was starving. But the conversation centered on the prom again. Kat updated them on the progress of her gown. Mikey was wavering between pastels or jewel colors. She swallowed her crackers with more resolve even as they scraped her throat. By the last period, Ana heard only the buzz in her head and was weak in the knees. How was she even going to get to her car? But she did and once at home, she asked Manang Salvi to cook her favorite food—bacon and fried rice and would she please add some eggs? The sweet smell of bacon frying in its fat filled her nostrils to fainting. She watched in fascination as the bacon sizzled and curled. She listened to every pop and crackle. The anticipation was killing her.

"If you don't want your chicken breast, can I have it?" asked Gelo. Ana gave her younger brother a look of disgust.

"But you're just staring at it."

"If you don't watch it, we'll have to roll you out of the house," she said.

"Look who's talking?"

Ana transferred her look of disgust to Joey.

"You're not exactly thin," he mocked.

"I'm trying to get thin," Ana said defensively.

"You look fine, sweetheart," cooed her father.

Ana looked at her father in dismay.

He had only confirmed what her brother had just said and what she knew all along.

"You can have my chicken breast, Gelo."

"Good girl," said her mother. "Dad, her prom is less than a month away and she needs to lose weight!"

As she sat nibbling on her cracker, Ana announced, "I've lost two pounds na!"

"Great!" cheered Mikey.

"But I'm never going to lose enough weight in time for the prom! I try not to eat breakfast, I eat crackers for lunch but by the time I get home I'm starving and I eat a big *merienda*. I try and eat as little as possible during dinner but by midnight, I'm starving again, so I sneak out to the kitchen and eat leftovers. What am I going to do?"

"Meet me in the second floor bathroom, last cubicle," whispered Kat conspiratorially and stood up to leave.

Ana looked at Mikey, who only shrugged her shoulder.

They found Kat waiting for them with a closed fist held out.

"You can't tell anyone about these, most especially your mom," she whispered. "Promise?" she asked and looked at each girl intently for a few seconds.

"Promise," whispered Ana

"Promise," whispered Mikey.

"You don't need this Mikey, they're for Ana."

Kat looked at Ana and opened her fist. Inside were seven maroon and gray capsules.

"Take one in the morning every day and you'll see how fast you'll lose weight. By prom day, you'll be fabulously sexy," she whispered excitedly.

Mikey clapped her hands gleefully.

The other two girls shushed her quickly.

"I'm ... I'm not sure I ... I ..." stammered Ana.

Suddenly, the girls heard the bathroom door burst open and footsteps come in. They caught their breath and waited till the footsteps could no longer be heard and the door closed.

"Why not?" asked Kat. "You want to lose weight, right?

"Yes."

"And fast, right?"

Ana nodded her head.

"Do you want them or not?" asked Kat as she made to close her fist.

"I don't know. Let me think about it."

The pills disappeared into Kat's uniform pocket.

"The *costurera* called to say you could fit your prom dress tomorrow. Want to go after school?" asked Ana's mom as they ate breakfast.

"Of course I want to go! I can't wait to see my dress!" screamed Ana over a spoon of oatmeal.

But as soon as Ana saw her dress, she wanted to cry. Her gown was shaped like a tent.

"To hide your fat, *anak*," the *costurera* said as sweetly as she could as she helped Ana into her gown. "Darling, that beautiful orange shade fits your complexion so well," gushed her mother, not knowing what else to say.

Ana stared at herself in the mirror and thought, I look like the pumpkin Cinderella rode to the ball.

"My *Kuya* Marty is meeting us here at the mall!" announced Kat.

"What?" screamed Ana and Mikey at the same time.

"Why didn't you tell us before we left?" wailed Mikey. "I would have worn my new spaghetti straps!"

"I would have wanted to see him in secret first," cried Ana.

"Too late guys. Here they come."

Coming into their favorite hangout at the mall were three boys.

"*Kuya* Marty, we're here!" yelled Kat as she waved her arms.

Mikey suddenly found something very interesting outside the window while Ana looked down at her frapuccino.

"Hi guys!" gushed Kat. "I want you to meet my friends and your dates to the prom!"

"Hiii, Marco," she said sweetly. "*Kuya* Marty, this is Mikey."

"Hi!" Mikey said shyly and quickly looked in Ana's direction.

"Santi, this is Ana."

Ana looked up in time to catch the look on Santi's face. She looked down into her drink and turned her head towards the window. Hot tears were beginning to gather in the back of her eyes and slurping her drink kept them from falling down.

"Uhh, aah, we got to go, guys," said Santi as he pulled the other two guys towards the door.

"But why?" whined Kat.

Mikey was staring at Ana. As soon as the boys were beyond hearing distance she whispered, "Don't cry, Ana, it'll be okay. You'll see."

Without caring who saw them, Ana let her big fat tears roll down her cheeks.

"So will you take them?" asked Kat.

"Do you have them?"

"All the time."

Ana held out her open hand.

Her mother began to notice the changes almost immediately. "Ana, your diet is working! At the rate you're going, we're going to have to ask Tina to do your gown over. Do you still want that gown you saw in the magazine?"

Ana was ecstatic. Of course she wanted that gown. She would show that Santi!

"Ana, sweetheart, are you getting enough sleep?" asked her father.

"Mmm, sort of," answered Ana. "Why do you ask?"

"You have eye bags under your eyes."

"Yeah, they're so big you can carry all your clothes in them," teased Joey.

The pills were working wonders. She was never hungry. At home, she nibbled at her food in front of her parents. She felt light and really energetic. There were days when she couldn't keep still and felt the urge to run around the basketball court several times.

There were days when she had a buzz in her head the whole day. And days too when she had no idea what the teacher was talking about or even remember her teacher's name.

"Ana, you're going to be so sexy at the prom tomorrow night!" exclaimed Kat.

"That Santi will be so sorry he made you cry," said Mikey.

"He knows I cried?" asked Ana horrified.

"Of course!" said Kat. "I got mad at him for being so rude to you."

"Ohhhh, Kat," moaned Ana.

"He promised to be nice to you!"

"Thanks, Kat," answered Ana sarcastically. And as she got up to leave the bench, her knees turned to jelly and everything went black.

Ana woke up to find herself on a bed in the school clinic. She turned to see the school nurse beside her.

"Your mother is on her way to pick you up," she announced.

"What happened?" asked Ana.

"You fainted," answered the nurse in a voice like it was from behind glass. "Did you have lunch?"

Ana shook her head. It felt so light and empty, like a balloon.

"Are you on a diet?"

Ana nodded her head.

"Here, eat this sandwich. There's juice here for you too."

Ana tried to lift her head but she immediately grabbed on to the mattress. She felt she was falling. She lay her head down on the pillow and closed her eyes to stop the spinning. And she desperately wanted to eat the sandwich.

Ana's mother walked into the school clinic. With her was the school doctor.

"Ana, are you taking anything you shouldn't?" asked Dra. Gomez.

Ana looked away.

"We found these pills in your pocket, Ana. What are they?" In her palm were three diet capsules.

"I ... I ... don't know."

"So why were they in your pocket?"

"I ... don't know."

"Ana, if you don't tell me now, we're going to have the pills analyzed. And if we find out that they are illegal drugs, the school administration will be forced to expel you."

Ana began to sob. "They're ... diet pills ... I've been taking them ... to lose weight ... I want ... I want ... to look good at the prom."

"Aaay, Ana," sighed her mom.

"I don't think you'll even be well enough to attend your prom. You'll have to stay home a few days to recuperate and gain some of the weight you've lost too fast," announced Dra. Gomez. Ana felt as if the doctor had just announced her death sentence.

Ana slept most of the next day and all throughout the night of the prom. Even if she had snuck out and met up with Kat and Mikey, as she had planned to, she would not have gotten past her bedroom door. She didn't even have the energy to get out of bed. In the end, all she felt like doing was sleep. Kat and Mikey came to visit her the day after the prom. They brought her a wrist corsage. The white orchids were a little limp but still nice to look at.

"Santi brought this for you," said Kat as she tied the corsage around Ana's wrist. "I kept it in the refrigerator for you."

"What did you tell him?" Ana asked weakly.

"We said you came down with a really bad case of the runs," laughed Kat.

"He's actually quite nice," said Mikey. "Nicer than Marty and Marco actually," she said as she made a face and looked sheepishly at Kat.

"Mikey's right. Marty and Marco hardly spent time with us. They kept roaming around the gym. Santi stayed with us. He says we should all get together when you're feeling better."

"He has all these really funny jokes, like there was this really thin girl. She was so thin, her elbows had to be registered as deadly weapons ..."

Cinderella and the Night of the Prom

Rachelle Tesoro

Do you love love stories? I do. I mean, I fantasize about the Cinderella story all the time. It's like every girl's dream come true, right? There you are, a scruffy little nobody whom everyone pokes fun of, when suddenly, with the wave of a wand, you're the belle of the ball. Dancing with the Prom Prince, no less. Can it get any better than that?

Okay, so it's a fairy tale. But tonight is a night of fairy tales. It's the Prom. A sixteen-year-old girl's fantasy. A night of dreams coming true, right?

So anyway. I'm introduced to this guy with a clammy handshake, Niko. He looks nervous. He keeps resting his eyes somewhere over my head. He says, "Darling?" and I want to smack his face with my handbag. "Dar*lene*," I correct him.

He's my prom date. We've never actually met until today. Sheila explains that he's a senior from one of the snootier schools in the area, but Sheila's been known for screwing up. The guy looks more like a sophomore to me. I eye Niko warily. Well. He could be a senior. An undernourished senior.

Anyway. I get into the car with Niko, along with Sheila and her boyfriend, Miggs. Miggs drives like we're late for an appointment with the local gravedigger. We arrive at the hotel in one piece, anyway. It's embarrassing. We're the first ones there. Like I am eager to get there at all. I almost wish Miggs went ahead and crashed the car.

Our PE teacher leads us to a table. After four years of seeing him around campus in a pair of gym shorts, it's funny to see the guy in a barong. We pick a spot nearest the dance floor, and I find myself staring at the table's centerpiece: white roses on a glass vase. A stem is broken, its head of petals missing. It depresses the hell out of me. It's like Niko had pilfered the bud for me so he could have something to pin on my dress.

So we sit and not talk. Niko and I, at least. Miggs and Sheila get right down to business, stopping short of necking in front of the school administration.

"So what's it like being in an all-girls' school?" Niko asks tentatively, after much throat-clearing.

"I don't know," I say, "but I think you'd fit right in."

Instead of laughing, like I wanted him to, he falls silent. I don't know. It must've come out mean or something. I do that sometimes. People finally start coming in. The invitation says six-thirty. It's generally interpreted as seven-thirty.

Dinner is served promptly at eight. My stomach is rumbling. I try to take miniscule bites of buttered bread, and dainty spoonfuls of minestrone soup. Heaven. I finish them off, down to the last crumb and drop. Sheila and Miggs monopolize the conversation, for which I am thankful. Niko is polite to me, but we hardly talk. I am too busy concentrating on food. First course. Second course. Dessert. I finish everything on my plate. Nothing unusual.

I'll have you know that I am fat. In kinder terms, I am varyingly "a little overweight," "chubby" or "Rubenesque." Can you believe that? *Rubenesque.* As if that highly cultured, arty word changes a thing. Twenty-two point five pounds overweight, that's me. Fat. Tubby. Rolly-polly. That's Darlene for you.

Four hours ago, I'm sitting in a parlor that's all expensive and classy. I want the Cinderella dream. I want to be *transformed.* The girl in the suit and heavy perfume looks me over. I am led to a seat before a trio of giant mirrors. My enormous size is reflected back at me, in glorious 3D. The girl saunters over, professional, all-business. She fingers a lock of my hair. "It's very pretty," she tells me, in baritone. I realize that she's a he. Without another word, I am shampooed, deep-conditioned, curled, blow-dried, and sprayed.

After dinner, Sheila and I have a conference in the bathroom. Almost half our batch are there. Girls with freshly plucked brows, shimmery lipstick, and nervous gloved hands. It is the Evening of Makeovers. The straight-haired have gone curly, while the curly-haired have gone "relaxed." Nerds have ditched their glasses and are blinking their contacts into place. We are outside the school grounds, but the bitches still rule the world. They are the ones leaning before the mirror, all cleavage and dark lipstick. Sheila and I belong with them.

In high school, people make fun of you because you don't fit the norm. It's either you're too geeky, too freaky, or too heavy. Gym class is particularly brutal for the likes of me. Jogging pants can't hide the jelly thighs, and the white shirt doesn't camouflage a thing. Or things. *Mirror, mirror on the wall, who's got the biggest boobs of all?* You should see me jog in place. When I do jumping jacks, there's a mad scramble for safety. It's quite a sight. I think the gym floor is in such bad shape because of me.

I've learned something at a very early age. To survive, you've got to put up a tough front; you've got to beat everyone at the wisecracks. When they're out to get you, you get them first. And if you're *really* smart, you befriend your wicked stepsisters. Because when you're pals with the bitchiest of the batch, they could only tease you up to a point; but when you're on the *other* side of the social spectrum, they could be merciless.

"Love your hair, Darls," Michelle David tells me, adjusting her dress. "Where'd you scrounge up your guy?"

"Hire-a-Date," I say. "I got him at a discount. The sign said, 'young, unused, in relatively mint condition.' No wonder he was fifty percent off. His mouth doesn't work."

Michelle bursts into laughter. I feel a twinge of guilt. Niko may be the wimpy, silent version of Prince Charming, but he is nice enough.

"Hey," Sheila interjects. "He's Miggs's friend. I went through hell convincing him to come so *you* could have a date." She gives me a look. Smug and superior.

We go out into the ballroom. People are already dancing. Niko asks me if I want to. I shake my head; he doesn't need to see how well my cellulite move. Niko looks relieved. I hate this night. Romance is in the air for a lot of people, my friends, most especially. And here I am, in my prom dress, my perfect hair, and expensive makeover, and nothing's changed at all.

The she-man in the parlor works on my face. I stare at the thousands of makeup brushes she has with her. She wields one like a wand. She is my fairy godmother. Hey, if a man could look *that* pretty, then there's still hope for me. I open my eyes, expecting to see a fairy-tale princess in the mirror.

Too much to ask for, I guess. I am still myself. Only with pink lipstick, and a different hairstyle. Still fat, too.

Niko and I fill the awkward silence with stories about school and family. As we talk, we watch well-dressed couples whirl around the dance floor, in blurs of pink, blue, and black. Michelle David and her date are revving it up in there. They have a big chance of winning the King and Queen title. The music is a pulsating, throbbing, alien thing, beating in my brain. The luxuriant ballroom, the glittering chandeliers, the mingled sounds of laughter and music, the sight of my classmates dolled up with perfume and heavy makeup spin about me like some mad Mardi Gras scene.

I suddenly feel claustrophobic.

I rush out of the ballroom and into the night. I find myself in the hotel parking lot, walking between cars with unsteady feet. I want to go home. I spot Miggs's car under a street light. Maybe I can stay there and wait till the party's over. But when I get within a few paces of the car, I realize that someone's in there. No, not some*one*. Two people.

I stare for a moment, uncomprehending. Then I stumble away, nearly running. I am doubled over. With laughter, or nausea, I don't know. I reach the border of the parking lot, tired and out of breath. I sit on the curb, by a tree. It smells like dog piss, but I don't care. I realize that I am crying. I wipe away the tears, and mascara runs off on my fingers. Disgusting.

My mother helps me into my dress. It is bright sunshine yellow, because I'm expected to be happy. I'm always the most cheerful person in the world. This dress I'm wearing has a simple sleeveless top, and a fluffy, crepe skirt. The Jolly Yellow Giant. A human merengue. It is a design copied from a magazine, worn by a girl with dark curls, a big smile, and a twenty-three-inch waistline. A boy is draped on either side of her, laughing. She's the Prom Queen.

Niko is standing before me suddenly. How he found me, I have no idea. "Are you okay?" Niko asks, as he sits beside me.

"Yeah," I say, looking at him.

He makes a little gesture with his hand. "Your, uh, makeup is coming off."

"Oh." I use my fingers to further smudge my eyes.

"I brought your bag," he says, handing it over.

"Thanks." There is a little pack of tissue paper inside. "I don't usually, you know, run out of a room bawling, but ..." I sigh.

He sits quietly beside me, not saying anything.

"I'm sorry," I say. "Tonight's been kinda crappy, I guess."

He shrugs.

"I thought I was going to be Cinderella. I was going to come in all beautiful and sparkling like a star, and everyone would just stop ... and stare. And no one would recognize me. And I'd be dancing with the best-looking guy in the ball, and ..." I stop—suddenly. I didn't want to offend him.

Niko has his head tilted up, looking at the stars, smiling slightly. "And what happened was that you got to the prom too early, and there was no grand entrance, and you got stuck with me for a date. Not a prince, but a footsoldier. A frog, when the clock strikes twelve."

"Yeah," I say, smiling now. "What did Sheila tell you about me, Niko?"

"What?"

"You know, like why'd you agree to a blind date?"

He shrugs. "I don't know. Sheila said you were funny."

"Funny-looking?"

Niko looks me straight in the eye. "Did she say I'm two years younger than you?"

We are back in the hotel. Niko again asks me for a dance. The number is nice and slow, and easy to move to. I take my shoes off; I'm a little too tall for my fourteen-year-old date. Michelle catches my eye and gives me a wink that says, "He really *is* a dweeb, isn't he?"

I wink back and give her the finger. Michelle crosses her eyes and sticks out her tongue at me. She is later crowned Queen. Laughing, preening, she gives a wave to the crowd. She could barely walk in her dress.

From across the room are Sheila and Miggs. Sheila isn't smiling.

Niko leans over to whisper, "When you ran out I thought you'd gone to the car."

"It was a little crowded," I say, straight-faced.

Sheila is staying over at my place. I am standing in the balcony, still in my dress, but barefoot. I'd lost my shoes in the ballroom. I am thinking of fairy tales again, of how they're mostly a bunch of crap designed to let you get your hopes up, only to let you crash back to reality. Hard.

"Hey," I turn around and Sheila is standing in the doorway, wearing her pajamas. She is a silhouette. "You know what happened tonight?" she says. She asks it like she doesn't particularly care how I'd respond.

I pretend not to know.

"We did it. In the car. I beat Michelle to it." Sheila's voice is flat.

I say nothing. Then: "Did you use a condom?"

She is fiddling with her sleeve. "I didn't bring anything with me. It wasn't like I planned it or anything. But Miggs had one. Like he expected it to happen. Maybe he was just waiting for it to happen."

She waits for me to say something. Finally, I ask, "So how was it?"

She shrugs. "I don't know. I was too busy worrying about how wrinkled my dress was gonna get, so I didn't really notice."

That makes me laugh. At least she hasn't lost her sense of humor.

"'Night, Darls."

"'Night." I watch her walk back in. In the yellow light, I see the prints on her pajamas. Teddy bears.

It takes me a while before I come back in. I think about fairy tales again. Tonight was supposed to be magic. Michelle became a real-life princess. And Sheila was seduced by the Big Bad Wolf, but lived to tell the tale. And me?

You remember the pumpkin in the story? Cinderella's fairy godmother touched that round, boring vegetable and made it into this golden stagecoach. That's me, I guess. I'll never be a princess, but at least for a few moments, I was more than average. I was a glowing, sparkling thing, still round, still big, but at least, I had perfect hair.

I'm sorry. I guess you expected a love story. But in a way, I guess this is. I'm trying to learn how to love myself.

Angel
Lin Acacio-Flores

Trina couldn't keep her eyes off him. Diego moved across the basketball court, speedy and slick, lanky legs and arms, bony shoulders and thin body in perfect control, like a ... what? ... a panther? But she'd seen panthers only on TV, never a real panther except for the perennially sleepy ones at the zoo.

The score tied at 98. There he was, slipping through, right between his two more heftily built guards. He went for the basket, jumped. A beautiful left-hand flip. The ball went through cleanly, not even rippling a strand of the net. The crowd cheered, "Die-go, Die-go!"

He had come through again for his team, the Green Plains Team Number 5. This was just an intervillage tournament, nothing big time, but followed with interest by the villagers. Trina knew of the friendly but fierce competition among the teams of Green Plains 1, Green Plains 2, 3 and so on until 6.

"He's also in the varsity team of La Salle," Chari whispered in Trina's ear. Trina came out of her focus on the court, and looked at Chari and Nani beside her.

Embarrassed that Chari had caught her staring at a boy, Trina tried to seem unconcerned. "Who?" she said.

"*Eh di, si Diego, sino pa, loka!*" Chari said, jabbing her in the ribs with a bony elbow. "Who knows, he might make it to the PBA, the Asian Games ... Olympics!"

Nani prodded them, "Let's go home *na*. Getting late."

Trina and Chari knew Nani had a boyfriend and she, like them, was only fifteen. Her strict parents knew it and had let her come to the game

114

only because Trina and Chari were with her. Charlie's Angels, their parents called them just because they always were together, had been together from kindergarten in Poveda. But once or twice Trina and Chari had let Nani slip out of their company to join her boyfriend. Now she was in a hurry to leave and he'd be at the parking lot waiting for her.

"Let me ride with Gabe, okay?" Nani pleaded. "You go ahead and wait for me at the corner of my street and you bring me home from there."

"If we don't?" Chari said teasingly.

"You know my dad will kill me ... please *naman, o!*"

"Okay. But we'll wait only ten minutes," said Trina.

Chari and Trina watched Nani run through the grass lawn under the acacia trees to a Toyota Corolla with a crushed front fender. She slipped in beside the driver, a boy with a crew cut that made his ears stick out. He leaned towards Nani to kiss her, but she pointed to Chari and Trina and he drew back. He waved to them through the windshield.

"Is ten minutes enough to get pregnant?" asked Trina.

"How'd I know, I never tried," said Chari. She giggled.

"*Alam mo* ... if anything happens to her, we'll also be blamed."

"I know. But we can't be her guardian angels all the time ... hey, *sana* we get to know that Diego."

"How?"

"Tomorrow, the team has practice in our village court. Let's just walk there," said Chari.

When Chari put her mind to something, Trina knew she'd do it. Trina wanted to know Diego too. Except she could never be as aggressive as Chari. It just wasn't in her.

After lunch the next day, Trina lounged on her bed, reading *Harry Potter and the Order of the Phoenix* aloud to Andy. He lay on his stomach, his face cupped in his chubby hands. She read him a chapter or two every day this summer. What had seemed to be a chore at first, reading to her four-year-old half-brother, had become a pleasure. Now she herself was getting caught into the story: "the grounds were in complete darkness. Hogwarts Castle, however. loomed ever closer: a towering mass of turrets, jet-black ..."

Trina's cellphone beeped.

Chari
MIT U CORT 3 PM.

She glanced at the pink kitty-kitty clock on her dresser. 2:45. "Andy, I've got to go."

"I'll go with you." His eyes pleaded with her. He could be such a pest but he was practically the only family member who wanted to be with her. Her stepmother was good, but she had come into Trina's life when Trina was already eleven, just starting to find herself after her own mother had left their home. As for her dad, well ... he was too busy.

"Look," Trina sighed, "aren't you supposed to take siesta?"

"Finished *na, di ba*? Right after lunch!" Seeing that she still hesitated, he said, "*Sige*, I'll tell Dad you don't like!"

Trina sighed again. "Okay. But change your T-shirt ... you're so *madungis*!"

Now she would have to keep an eye on him. How'd she ever get to meet Diego, let alone talk to him? She'd bring the maid with her to watch over Andy. "Yaya Mely, let's bring Andy to the park," she called out through her open bedroom door to the maid who was in the kitchen. Andy could play on the slide and swings while Trina sat at the basketball court.

Yaya Mely shuffled into the room, wiping her hand on the ruffles of her apron. "Have to make *plancha*," she said. "*Si* Sir, no more clean *barongs*."

Feeling burdened and yet somehow soothed by the trusting, moist hand Andy thrust into her palm, Trina led him out into the street, and shading him from the fierce May sun with her own shadow, marched him to the court. She scanned the seats around the court and found Chari at the shaded side slouching on a monobloc chair, holding on to another chair, reserving it for Trina. Chari didn't see them approach; she was absorbed, her mouth half-open. The players were running back and forth on the court. They were just practising, sweaty in shirts and shorts of assorted colors, yet playing as intensely as if it were a real game.

There was Diego, weaving, feinting his way through the shifting gaggle of arms and legs. It seemed as if no one could touch him.

Trina found a third chair, seated Andy between her and Chari. "Watch," she commanded Andy. He sat back, pulled up his legs in front of him, his feet resting on the edge of Trina's chair. She tapped Chari's shoulder.

Chari grinned at her. "Oh hi, Andy!" she said, and hugged the little boy. They shifted their attention to the court.

Diego had a time-out. He sat, his profile against the sun. Trina thought, what a sharp nose. It should have looked somewhat weird, a Caucasian nose with oriental eyes, and yet he looked just perfect.

The practice session ended. The players were gathering their towels and bags. In a minute they would be gone. Chari fished out a slip of paper from her jeans pocket, scribbled on it, thrust it at Andy and said, "Go give it to that boy, the one in the white shirt! *Dali!*"

Andy slipped down his chair, scooted across the court, stood a moment, confused, looking from one player to the other. He looked back at Chari, who pointed with a discreet finger at Diego. Andy handed the piece of paper to him.

"What did you write?" Trina was flustered. What if Chari had another of her harebrained schemes that often backfired?

"I wrote your name on it," Chari whispered.

"What? I'll kill you!" Trina pinched Chari's side, hard.

"*Aray!* And my name ... *aray!* Don't worry."

"What else did you write?"

"Nothing! Don't be so prim and proper!"

Diego was talking to Andy. What is he saying, Trina wondered. She felt her face go red, redder than it had already been with the summer heat. Chari had a silly smile on her face, looking directly at Diego and Andy. Trina said between clenched teeth, right into Chari's ear, "Chari, *ikaw ha*, I could slap you till the ends of the earth! I thought you'd get someone to introduce us!"

Andy was pointing them out to Diego. He pointed at Chari, then at Trina.

Trina couldn't stand it. "C'mon Andy," she called. The little boy scurried to her side and they left the court. She didn't even want to look back and see if Chari had gone to talk to Diego or if he had been the one to approach. I'll never talk to her again, Trina decided.

"What did he tell you?" she demanded of Andy.

"He asked me, 'Who is Chari and who is Trina?'"

"What else?"

"Nothing."

"Trina, you have to take care of Andy today."

"Why, Mom?"

"It's yaya's day off. Just see that he eats a good lunch, then take him to the park after siesta."

"But I took him to the park yesterday ..."

"I'll be back from the office 5:30. After that you can go to Chari or Nani, or you can ask them to come ..." Without waiting for an answer, Trina's stepmom hastily picked up her attache case, brushed her cheek on Trina's and Andy's cheeks and left with a clicking of high heels and a clinking of car keys.

"You and me again," Andy said. "Get me a calamansi soda?"

"Don't be bratty. What's the magic word?"

"Please. PLEASE. Let's go na to the park."

"This afternoon."

"Now na. It's hotter in the afternoon."

"I said don't be a brat."

"I'll tell Dad you don't want to ..."

Trina sighed. She started to say, "Go ahead," but she knew she'd get it from her father who hated being disturbed while he was in the office with clients bothered with legal problems.

"*Sige na nga*," Trina said. Why was she like that, she thought, always letting other people, even this kid brother, manipulate her?

The summer sun cut hot yellow knives through the branches of the acacia trees around the slides and swings. Andy scooted straight to the biggest slide; crouching, holding on to the sides of the slide, he made his way up instead of climbing up its ladder the ordinary way. Trina watched him, saw that he could do it safely. She settled on the nearest bench and started to read *The Giver* by Lois Lowry. She realized it was even more of a fantasy than *Harry Potter*. I should be getting some exercise myself, she thought, put the book down and started to walk briskly and then jog around the oval encircling the playground.

She loved this feeling; leg muscles flexing, loping along, fresh air sucked deep into her lungs ...

"Hi, Trina," a male voice said. The guy fell in step with her. Startled, she looked at him. She missed the rhythm of her next step as she realized it was Diego.

"Hi," she gasped.

"Do you jog every morning?" he asked.

"No. I really ... am just here to watch my brother ...," she pointed to Andy who was now hanging upside down on the monkey bars. The pathway narrowed at one point and Diego came closer to stay on it and brushed her shoulder. She was aware of the sweat on her bare shoulder mingling with his, and the scent of some fresh cologne mixing with the smell of his sweat. Not really unpleasant, but instinctively she drew back a little.

"Sorry," he said. There was an awkward pause when neither spoke and just the sounds of their rubber shoes on the cement and their panting could be heard. She realized their pace and breaths synchronized.

"You might want to go faster ... don't wait for me," she said.

"This is fine," he said. They went around the oval two times more, not talking.

Suddenly, Andy's wail pierced the air. "Trina! Help me!" Trina froze. Andy was no longer at the monkey bars nor the slide nor swings. He was up the acacia tree, sitting on the topmost branch.

She ran to the tree, followed by Diego. "If you climbed up there by yourself, you can come down by yourself," she called up to Andy. I should've kept my eyes on him, she thought. I could have stopped him from climbing so high.

"I'm scared. Get me," he said.

"Oh," Trina said in a low voice to Diego, "I don't know how to climb a tree."

Without a word, Diego untied his shoes, pulled off his socks, and climbed up, hoisting himself from branch to branch until he reached Andy. "Can't carry you. You have to follow me," Diego said. He made his way down, more slowly now, sitting or standing on each branch, one arm holding onto the tree trunk or a sturdy branch, the other gripping Andy's arm or encircling his chest.

Both of them were finally on the ground. Trina scrunched down and held Andy's shoulders, "Don't go doing anything like that again, *ha*, okay?"

"'Kay," the little boy whispered, his eyes down.

"Say thank you to Diego," she said.

Diego was pulling on his socks and shoes. "No problem," he said.

The next day, and the next, and the next ... Trina brought Andy to the park and Diego would be there too. She found herself looking forward to seeing him. They talked first about basketball and school. She found that he, like her, was in the honors list.

Sometimes he phoned her. It seemed even easier to talk to him when she couldn't see his face, to speak only to his voice. She found out that he also had a broken family, that he lived with his mother and grandmother, and saw his father only on tense weekends. "Have no little brother, no big brother, no sister," he said.

They talked about their friends. "Careful with Gabe and his gang," he said. "I see him with your friends every day." She realized he was talking about Chari and Nani. With a pang she remembered she hadn't seen them for days, and it looked like they hadn't missed her, neither did she miss them.

"Gabe takes drugs ... I think he has started shabu ..." Diego was saying.

"How do you know?"

"Kicked out of the team ... because coach wouldn't have any of that."

I've got to warn Chari and Nani, Trina thought. The rest of the day she hovered between wanting to call Chari (who probably would be easier to convince than Nani who was already involved with Gabe) and not wanting to call lest Chari say it was none of her business. It would be just like Chari. On the other hand, she might, just might, unpredictably, say thanks, they were angels together, *o di ba*?

Trina sat staring at the phone, thinking; she was startled when it rang.

"Hey," Chari's little-girl voice cut through the receiver. "Where've you been? Listen, it's Gabe's birthday and we're invited this pm. You've got to go ... we have to fetch Nani so her mom will think she's safe and let her go ... my mom too ... yours too. Because there's the three of us as usual."

"I ..."

"C'mon ... they're fun ..."

"Who ?"

"Gabe and *barkada* ... I'll pass by for you at five pm." And Chari put down the phone.

Who does she think she is, Trina thought, a small flame of resentment flickering through her. She picked up the phone. I'll tell her off, she thought. It had always been like this, Chari taking for granted that Trina would go along with whatever the former had in mind. Trina dialled and got a busy signal.

On the other hand, maybe this would be the chance to find out if Gabe was taking drugs like Diego had told her. She planted the receiver firmly back on its base. At four o'clock she started to choose what she would wear. Just jeans and a pin-striped red and white T-shirt, not from SM but among the designer clothes her dad usually picked up for her on his business trips abroad.

The phone rang. It was Diego. "Can't talk now," Trina said. "Chari and Nani are picking me up any minute."

"Where are you going?"

"Gabe's party."

"Didn't I tell you ..."

"We're three girls sticking together. We look out for each other ..." She hated herself for sounding defensive. He had sounded too much like her father. But now he was silent. "Well?" she said, a little too assertively.

"'Kay," he said. "Be careful with what you drink or eat." And he put down the phone. The resentment she had felt for Chari now spread to include Diego. It sat on her chest, a little tight knot. Sometimes she felt that way when her father or stepmom were going, "Don't do this ... that ... be careful ... remember you're a girl ..." She could take care of herself, thank you.

Nani, her cheeks red with excitement, and Chari, her cheeks red from too much blush-on, passed for her. Trina wondered if she should have put on some makeup like the other two. They walked down the street to the houses just three blocks away, at the perimeter of their village. The sun was still high, glowering behind the high buildings beyond the village. Trina wiped the sweat from her brow. At the corner just around Gabe's house, she caught sight of Diego on his bike. He wasn't looking at them and she didn't call out to him. She distinctly felt he had seen her. He was keeping an eye on her. She felt somewhat pleased, but at the same time she thought, who does he think he is, keeping close tabs on me?

Gabe and his *barkada* of four boys were waiting for them at his gate. Self-consciously, the girls approached. The boys watched, their eyes hooded, then smiled their welcomes and ceremoniously ushered them in with mock bows, into the darkening living room, a silent kitchen and past that to the den. The music was too loud for the small room. They sat, slouched on two sofas. Trina tried to keep a space between her and the boy with the strong-smelling cologne who sat beside her. Chari had started her nervous, characteristic chatter. Trina listened to the confused introductions. "This is Mel, Jed, no the other way around ..."

Gabe and Nani were at the bar. He was mixing a drink for her. "Want something to drink?" cologne-boy asked Trina. "I'll mix you a cocktail." She looked at him. Cocktail? Was he of drinking age?

Tentatively, she said, "Later, thanks." What had Diego said about drinks? Cologne-cocktail boy pushed a saucer of peanuts to her. Diego had said something about eating too. Well, peanuts are okay, she thought, and picked up a few. There were no other food in sight. With a start, Trina realized there were no other movements in the house, no overheard voices, no footsteps outside the door, no banging of pots and pans in the kitchen nor dripping of hoses on the plants in the garden just beyond the window. Were there just the eight of them in the house?

"Where are the rest of the family?" she asked cologne-cocktail boy.

"Oh, they're abroad," he said, matter-of-factly. "And Gabe let the maids and the driver have the day off." Trina started to feel hemmed in. She stood up.

Suddenly she became aware of Nani. Nani had come from behind the bar, holding a crystal glass. She dropped the glass and then she threw up. The glass was unbroken. The smell of alcohol and some undefinable scent mingled with that of sourish half-digested food spread on the carpet near Nani's feet.

Nani looked pale. Her eyes had lost their aware, bright look. She clung to the bar for support.

"Nani, just rest for a while," said Gabe. He opened a door beside the bar that led to an inner room. His voice was low, calm, unsurprised. A flicker of fear grew in Trina's chest. She looked at the other boys. Cologne-cocktail and the others, still seated, watched Nani closely, as if waiting for the result of an experiment.

Nani was weaving across the room. Chari placed an arm around her waist and slung Nani's arm over her shoulder. "Let's go," she said. "Let's go home. Chari, hold her." Chari, unprotesting, now looking frightened, took Nani's other arm and slung it over her own shoulder. The boys stood up.

Gabe barred their path to the door. "She'll be okay. Just let her lie down here."

"No," Trina said firmly. "No." She led Nani and Chari past Gabe. The three girls staggered through the living room, out the front door and into the street. It was a good four blocks to Nani's house. At the second block, Diego suddenly appeared at their side. He seemed to understand exactly what had happened. Without a word, he took over from Trina, holding up Nani who walked as if her legs had lost their bones. Trina was now panting, so was Chari. When they had gone another block, Trina took Chari's place.

Children and their yayas, walking home from their play at the park, looked curiously at them.

As they neared Nani's gate, she finally spoke. "Let me walk in alone," she murmured. Trina understood. Nani didn't want her mother to see her this way. Reluctantly, she and Diego released their hold on Nani. She took four slow steps, stopped, took a deep breath, walked again, supporting herself on the fence. Just in front of her gate, her legs gave way and buckled under her. Her body folded itself onto the driveway and her head hit the cement with a frightening heavy thud. She lay still. Trina knelt beside Nani and raised her head; it lolled on her neck.

Chari rang the doorbell furiously. The maid came out and ran back inside. Nani's mother came out. She knelt beside Nani and patted her cheeks. Nani was unconscious.

"... hospital, let's bring her to the hospital," her mother said. Diego and the driver scooped Nani up, laid her on the first row of seats inside the family van. Her mother had snatched up her handbag, but was still wearing her housedress and slippers. She clambered up beside Nani. Trina followed, so did Diego and Chari. On the way to the hospital, Trina and Chari breathlessly explained what had happened. "Oh my God ... oh my God ..." was all Nani's mother could say.

The next morning, Trina and Chari visited at the hospital. "She's resting," Nani's mother whispered. "She's having a series of tests ... she woke up this morning ... couldn't remember a thing."

"Amnesia?" Chari asked in a hushed, shocked voice. Trina shifted uneasily on the hard visitors' bench. Nani looked so still on the bed, in deep sleep, as pale as the sheet that covered her.

"Yes. But a scan of her brain didn't show anything wrong," her mother said, her hands twisted on her lap. The rings under her eyes were deep and dark. "You're lucky you didn't drink the same thing she did ... there was something in it, the doctor said, most likely spiked with something ... the lab is still trying to identify ..."

When Trina and Chari moved to leave, the mother said, "I have to thank you ..." she kissed them both, cupping their faces in her hands. "Nani's angels."

The next morning, Diego was waiting at the playground when Trina and Andy went for the swings.

"Nani's going to be fine," Trina said. "Her mom called me to say she's gotten over her memory loss." She dug into the grass with the toe of her rubber shoe. "Thanks for your help," she said. "I should've listened to you ... if I'd warned Nani and Chari ... it wouldn't have happened. We were to watch out for each other. Charlie's angels, *kuno*."

"Not your fault," he said. "I should've been more convincing."

His rubber-soled toe touched her toe so gently that she hardly felt it. He struggled to get the words out. "Can I be your angel?"

"Huh?"

He pulled out a grass flower and held it to her nose. She sneezed.

He said, "That's what I decided when I first saw you ... when your brother handed me that note."

"Eh, why?"

"*Kasi*, Andy pointed you out. And he said, 'That's my *ate*, but don't make her *ligaw* because she's special ... she's the only one I got.'"

"Eh ... believe *ka naman*!"

"If a kid brother says that ... it must be the truth."

Trina felt her face redden. "Race you to the other end!" she said and ran off first, her shoes making happy sounds on the walkway. He passed her, his profile against the sun. Did she think him perfect before? He wasn't, no way, he had a big red pimple atop his sharp nose.

Peanut Butter Kisses
Raissa Claire Rivera

Although it was July, the weather was perfect. I was glad. No typhoon or anything would delay his flight. I looked at the clock for at least the seventy-fifth time since Mama had left for the airport. Thirty minutes more and Blair would be there. And his mom too, of course, who was a nice person, but not the one I was in love with. So I looked at the mirror for probably the hundredth time, not letting Daddy notice because he'd tease me if he even suspected that I was in love with Blair. I couldn't bear it if anyone teased me about that!

I inspected my skin. It had gotten darker over the years. Mama says it was probably from too much playing in the sun when I was little. But at least I wasn't all pimply. And I wasn't very dark, just a golden tan, like peanut butter. And at least I knew Blair liked peanut butter.

Blair was the son of Mama's best friend who married an American. I never met Blair's dad because they got divorced when Blair and I were just babies. Yes, Blair and I are the same age, thirteen. His mom started working at some company that markets educational books like five years ago and since she's a Filipina, they like to send her out here for a month out of every year to talk about their books in schools, and of course get the people there to buy them. And because of that, she and my mom got in touch again, and she visits us and Blair stays with us while she's off doing book talks.

The first time we met, Blair and I didn't like each other much. He teased me with a silly rhyme that went: "I see London, I see France, I see Ginger's underpants!"

At first I ignored him. Then, when I couldn't stand it anymore, I yelled at him: "I see a table, I see a chair, I see Blair Underwear!"

"Dummy, you mean *Blair's* underwear. And no, you don't," he added.

"Yes, I do mean Blair Underwear. That's what I'm going to call you all the time if you don't stop saying that rhyme, Blair Underwear, Blair Underwear!"

And Blair laughed. Mama always said he looked adorable when he laughed—he had curly light brown hair and dimples and according to her he looked like an angel. But to me he was just an obnoxious boy. And certainly no angel when the grown-ups weren't watching us! I just glared at him, my hands on my hips, waiting for him to tease me again so I could make my comeback.

But instead he said, "Do you have any peanut butter around here?"

I was so surprised I couldn't speak. I just nodded.

"Well, let's have a snack. I hope it's the crunchy kind. I love peanuts."

At eight I was still very dependent on my yaya to prepare my snacks. It was her day off, though. Normally, I would just eat some prepared snack from the cupboard or refrigerator, but there was Blair taking the bread and peanut butter from the shelves like he lived here. When he stuck a knife into the jar, he was surprised by how thick and stiff it was. "What kind of peanut butter is this?"

"What do you mean?"

"At home our peanut butter can be stirred. This stuff? I'd have to dig it out." And he stuck a finger in.

"What are you doing?" I yelled. I couldn't believe Daddy still hadn't woken up from his nap after all our fighting.

"Testing it. There must be something wrong with this peanut butter." He stuck his finger with a bit of peanut butter on it in his mouth.

"You're gross. You didn't even wash your hands. Who's going to eat the peanut butter after that?"

"I will. I guess you don't want any." He smiled.

"Oh yes I do!" I grabbed the jar from him. We both jammed our hands in, trying to keep the other from getting the peanut butter. I even stopped thinking how gross the peanut butter was with his germs in it. All I could think of was that he shouldn't get any after playing that mean trick. I managed to dig the whole lump that remained in the bottom and I shoved it all into my mouth. "There. I guess you won't have any now, then," I said, as soon as I swallowed.

"Oh, yes I will." And he licked the traces of peanut butter right out of the jar and off my face!

"Ewww!" I cried when he licked me. I ran to the sink and washed my face. "Yuck, yuck, yuck!" I kept shouting, and Daddy finally came in.

We were put in separate rooms for the rest of the day. When the moms came home, they laughed and laughed. I overheard them talking about how to punish us. Daddy said that I should be punished by being made to eat more peanut butter, and Blair by having to watch me eat it all, but they didn't really do anything like that. But it seemed like we were punished for days after that. Every time a visitor came to the house, the grown-ups were sure to tell them the peanut butter story and they would laugh and laugh. And somehow being embarrassed about the same thing made us friends.

Of course I wasn't in love with him then. But we did things like make up silly rhymes and play stupid pretend games where sometimes we pretended we were married. But mostly it was games where we were supposed to be both guys, superheroes or stuff like that. It depended on what we'd been watching on TV lately. It was that way the next two times he came to visit and after that too. And the time we visited him, when I was eleven.

Mama finally decided to take Blair's mom up on her offer of visiting them in the States that year because she said it would be cheaper for me than if I went later. The next year I'd be twelve and the airlines wouldn't give me their kiddie discount or whatever it's called anymore. So on their way home we went with them. We made a stop at Disneyland, where Blair and I rode all the scary rides and I was so scared I'd want to hold onto him—but he was acting all cool and that also made me so mad I wanted to hit him, so I'd grit my teeth and try not to look scared. And we went to stay with them in New York where there were mostly endless shopping and some museum-going. We talked a lot when we got bored with whatever place our moms dragged us to, and we promised to e-mail each other. Which was a good thing, because he missed the next trip here to spend his whole summer with his dad, who was in the hospital.

Maybe I was in love with him already then. I don't know. But I do know when I first knew I loved him. It was when he stopped e-mailing me the Christmas we were both twelve. He didn't even send me a card. I was furious because I'd sent him one with a long letter and loads of pictures of me with my friends at our field trip in Intramuros. To top it all off, Christmas was a major disappointment that year. My gifts were awful. The best I could say about them was that at least none of them was anything as kiddy as a doll or a cooking set. Of course I didn't receive any doll the year before, either. The only toys I got when I was eleven were stuffed toys from Daddy and my grandparents. The year I was twelve, I got some of almost the same stuff I got the previous year: autograph books with cartoon characters on them and books and clothes and bags. But the characters on the autograph books weren't popular anymore, and the books weren't the kind I liked reading anymore and the clothes and bags weren't what I would have picked out myself.

One of my *ninangs* gave me some lip gloss. But I didn't know what to do with that. I knew my parents wouldn't let me use it except at parties, and anyway what was the point of making *pa*-beauty when there were no decent boys in my school or anywhere I went? All the boys my age were awful. And the older boys who hung around at the basketball court near the *sari-sari* store in our subdivision were worse. Every time I walked by, they would whistle at me and shout my name and talk about how my figure was developing. And none of them were even cute! Maybe I wouldn't have minded so much if they were.

At least my two best friends got it right. One gave me cologne and the other a romantic pocketbook. I had to hide the last because Mama thought I was too young to be reading those things. Which was dumb, because they were about high school girls, and after all I was about to start high school. Of course I was still younger than the American girls in the book who started high school at fifteen. And I would probably go to an all-girls school, because my parents thought boys were a distraction in high school. Still, it wasn't like I didn't know about those things, so shouldn't I be prepared? But Mama didn't agree, and to avoid arguing about it I had to hide my books.

Anyway, I put all my gifts away soon after opening them and allowing my parents to take my picture with them. The trouble with being an only child is there's no one else for your parents to be excited about, so I had no choice when it came to having my picture taken, even if I didn't feel like it. While I was sitting in my room trying to decide what to do with all the stuff I didn't like, Mama called me to see the Christmas newsletter Blair's mom sent.

There were of course pictures of her and of Blair, who looked handsomer than ever, his hair darker. I looked at pictures of him standing next to a snowman (and looking rather embarrassed, I thought), standing in front of a large outdoor Christmas tree (*Blair at Rockefeller Park*, it said underneath), and skating with a blond girl in pink. And guess what was underneath that last picture? It said *Blair skating with his girlfriend Alyssa*!

"Can you imagine Blair having a girlfriend? Why, he won't even be thirteen till March!" Mama laughed.

I went into my room, slamming the door behind me. I took all the pictures I had of him and me out of my little "treasure box" and threw them in the trash. I lay on my bed. So that was why he stopped writing. He'd traded an old friend for some Barbie-like girl!

And then I told myself, why should I care anyway? We only saw each other one month out of every year! It was my cousin Dana who came up with the answer when she came into my room. Our family always had Christmas dinner together at our place. I refused to go down and visit with my grandparents, aunts, and uncles. My parents were furious with me, but they wouldn't yell at me with other people around. But Dana just barged into my room, demanding to look at my presents. She was just a year older than me, and as the only girls in the family, we were always being compared and comparing ourselves to each other.

I pointed to the pile of presents at the foot of my bed without saying anything. She pushed them to one side so she could sit down, and some fell on the floor. She bent to pick them up, then said, "What's this?" She was holding the pictures I'd thrown into the trash. "This guy is pretty cute, though kind of young, of course. Is he your boyfriend?"

I sat up at last. "That's Blair. My friend. Now give those to me." Her words made me realize that I must be in love with Blair! He was the only really good-looking, fun-to-be-with guy I knew, after all. And we'd known each other since we were kids. It was so obvious now. No wonder I felt jealous of his girlfriend!

And no wonder I was excited about seeing him again, and worried about keeping my unmanageable hair from getting messed up. Of course. I loved him.

I didn't quite know what to say when I saw him again. We said hello quietly and took the sandwiches Daddy made for us to the den silently. It had been so long since we'd seen or written to each other. We were both thirteen now. He was always a bit taller than me, but now he was really tall, almost Daddy's height. But of course what made the most difference was that I was in love with him. So when we were alone in the den I finally said the only thing in my mind, "How is your girlfriend?"

"What girlfriend? Oh, Alyssa. I only went out with her for a few months. We broke up after New Year. It got boring, you know?"

"No, I don't know," I said. My heart fluttered. There was hope! "I've never had a boyfriend."

"No? Never been kissed, either?"

"Nope," I replied, looking right up at him. It seemed like the perfect moment for a kiss. I could just imagine it, as magical as all the teen romances said. It didn't matter that I didn't know how to kiss. I loved him so much that I would do anything to please him. I would express all my love in that kiss.

But he didn't kiss me then. He reached for my sandwich—he'd already finished his own. "Don't you like peanut butter sandwiches anymore?" he asked, taking a bite.

"Oh, I do," I said.

"Well, why aren't you fighting me for it?" he grinned, his teeth sticky with peanut butter. "Eww, look at yourself," I said. He turned around and used the stainless steel ashtray on the side table as a mirror. Then he turned back to me and smiled, showing teeth that were white once more. "Do I look okay now?" he asked.

"Oh, you do," I said.

"Good," he said, and kissed me.

My first kiss. And it should have been wonderful. But it wasn't. It wasn't because of his stickiness, either. I don't know why, but I just didn't really feel anything. I might as well have pressed my sandwich to my lips. It wasn't anything special.

I turned red, I'm sure, because my face felt warm, and he was smiling at me. Luckily, I didn't have to say anything because his mom called him and said they were going to their hotel now and he had to hurry out. Her company pays for her hotel room so they don't have to stay in our house. Which was a good thing. I hoped they wouldn't be visiting us the next day, because I wanted to avoid Blair as much as possible.

But just my luck, the moms had scheduled a shopping trip at some native goods fair! And Blair and I had to go along. Blair asked if he and I could go play at an arcade or something while the moms shopped, but his mom insisted that he join them. "You have to help me pick out presents for your titas," she said. And I said I didn't like playing at arcades. "Those games are so babyish," I said, trying to sound like my cousin Dana. If I had to be stuck with him, it had better not be alone. So we both went with our moms, and I managed to stay away from him by disappearing into the crowd every time he made a move toward me.

I couldn't wait till Dana's birthday party that night. At least he wouldn't be there, I thought. But I thought wrong. When we got home, Mama told me to shower and change for the party. "Daddy will drive you." When I got down, I saw that Blair had changed into a long-sleeved shirt. "Ready to go? You kids have a good time," Blair's mom said.

"Blair's coming? But he doesn't even know Dana!" Dana's party was supposed to have been last week, when she had her actual birthday, but it was cancelled because of a typhoon. She stopped having real birthday parties after she turned ten anyway.

"He's your guest, and so he should go with you. The rest of us are going out to dinner. Anyway, I called your tita and told her. She doesn't mind at all."

I couldn't find any more reasons to object, so I got into the front seat of the car and stared straight ahead all throughout the ride to Dana's house.

My cousins live a completely different life from mine. Their house is huge, and has a big lawn. But it isn't just the house. Even when Dana was my age, she would go to the dermatologist every month, so it's no wonder she's never had a pimple. She would only use branded things, not even fake branded things. She wore really tight clothes. Her mom had a lot of thick romance books, the kind that have girls in ripped old-fashioned dresses on the cover, their hair wind-blown and their faces tilted up to muscular men. Dana read these and she says my teen romances are babyish compared to them. "These are about the *real thing*," she would tell me, and when I would ask what she meant by that, she would just laugh.

She told us to sit down in the lanai with her friends when we arrived. They were all wearing tank or halter tops in black or other dark colors, and I felt out of place in my pink and lavender butterfly-printed tee and the coordinating lavender pants Mama insisted I wear with it. Their clothes were tight, making their breasts seem even bigger. I knew even if I wore those kinds of tops, I wouldn't look anywhere near as curvaceous. I looked very young next to those girls. Most of them were only about a year older than me. Dana's older brother and some of his friends were there too. It seemed like Blair and I were the only ones our age there.

Her parents, she told us, were staying in their bedroom because they couldn't stand their kind of music. Knowing how big their house was, I knew they couldn't hear a thing from the lanai, especially if they'd shut the door and turned on the air-con. I don't know why that scared me a little. My cousins' friends weren't exactly friendly, but they weren't mean to me either, or to Blair. They glanced at us once in a while, and I was sure they talked about us, even if they didn't talk *to* us. Maybe that's what made me uncomfortable.

We ate, and still nobody talked to Blair and me. Then Dana started a game of Truth or Consequence with a softdrink bottle, and we all had to join in whether we wanted to or not. The bottle pointed to me first. I decided on truth, because I didn't know what kind of consequence they might think of, and I didn't have a lot of embarrassing secrets to worry about.

So Dana asked me, "Who's your crush here?"

I said calmly, "Nobody." Which was true because right then I was hating Blair, and I didn't know anyone else.

"There must be somebody," Dana insisted. "Who do you think is the handsomest guy here?"

I looked around, without looking at Blair, or my cousin—he looks awful, anyway, with his greasy hair. There was a thin guy with longish hair that I thought was at least as good-looking as Blair. I pointed to him.

They twirled the bottle a few times more. Once it didn't point to anyone, and another time it pointed to my boy cousin, whose consequence was to go to the kitchen and sneak out some beer. And then it pointed to the boy I'd pointed at. "Consequence," he said.

Dana smiled. "Okay, your consequence is you have to kiss my cousin Ginger."

He smiled. "Okay, but not in front of you all."

"How will we know you did it, then?"

"Ask her." He stretched a hand out toward me, and pulled me up. He was a little bit taller than Blair. He looked like the kind of guy who'd kissed lots of girls. So maybe I wasn't in love with him, but maybe the kiss would be the start of a special relationship. It was worth a try. So I didn't protest.

He led me behind a big tree in the yard. "Ready?" he asked. I nodded. "This isn't your first kiss, is it?" he said. I shook my head. "Well, I guess I have competition. But so do you, because I gave Dana her first kiss. She didn't know what to do, in spite of all her acting like she knows everything, and she's never forgiven me because I told her that. Well ..." And he kissed me.

And it was terrible. His lips were pressed so hard against mine. I could even feel his tongue trying to get inside my mouth! I didn't know this boy, and he was doing this to me! I started to push him away, and he stopped.

He threw back his head and laughed, and I knew he was thinking that I was as bad as Dana, or even worse. I cried and tried to slap him, but he dodged and my hand struck the tree trunk instead. I ran off, not back to the lanai, but to the front porch, thinking that I couldn't face any of them, that I would just sit there on the steps, head on my knees, until Daddy came to pick me up.

Then someone came and sat beside me on the steps. "Ginger, what happened?" It was Blair.

"It was terrible," I wept.

"Maybe I should go fight that guy," Blair said.

"No. He's bigger and older than you, and besides my aunt and uncle would never forgive us if we ruined Dana's party." I tried to stop crying, but couldn't. "I never want anyone to kiss me again, as long as I live."

"I think a kiss would make you feel better right now, though," Blair said.

I looked up, prepared to slap him or worse. Then I saw he was holding a small red box out to me. *Peanut Kisses*, the yellow print on it said. "I bought them this morning at the fair, and I forgot about them. They've been in my pocket all this time. A bit crushed, I'm afraid."

I opened the box, thinking how wonderful he was, not because he was so handsome but because he always said the cleverest, most charming things, and knew how to make me laugh. So what if his kisses didn't make me feel faint and trembly and excited? I did love him as a friend, at least, and as the nicest boy I knew, certainly. I didn't need a magical kiss to know that.

The peanut kisses were not just crushed. They were little more than crumbs. I licked some of them right out of the box. Then I looked up at him and said, "You're right. A kiss is just what I need right now."

Boogers Are Stalactites
Perpi Alipon-Tiongson

This is an excerpt from the full-length novel, *I Hate My Mother!*, published by Cacho Publishing House. We acknowledge the publisher's permission for us to include the excerpt in this anthology.

Mommy may have been wise, but no, she never made any sense. *St. Peter? With a belt?*

Talk about karma.

As I got down from the jeep, I was smiling to myself in spite of the books I had to carry in my arm and the heat of the pavement. I was thinking of how funny my mother could be, if only she wasn't so—what's the word? Motherly?

I was so deep in thought that I didn't realize I was already in the school building. My footsteps echoed in the corridors and in my ears. The books in my arm brushed against my belt as I used my hip for support.

106, 107 … 110. Mrs. Ordoñez. This is it, I thought. I took a deep breath and knocked on the door. No answer. I held the knob firmly and twisted it. It was locked. I looked at my watch. Eleven ten. I set the books on the floor with a mild thud that echoed, and sat by them. The corridor was quiet but the floor smelled of fresh wax. I pulled my knees up and locked my arms around them.

Maybe she's in the room sleeping.

I pressed my ears to the door. Nothing.

I began tapping the floor with my feet. The corridors resonated with the taps. Echoes. They made me think of my mom.

"If you don't have fifty centavos, you won't have a peso (echo).

"If you don't have a grain of rice, you won't have a spoonful (echo).

"If you don't know how to cook, you can't get married yet (echo—echo—echo)."

Maybe I can stop it from resonating.

I tried to tap as softly as I could but it still echoed. I tried to tap softer *pa* until no sound could be heard. I brought my ear closer to the floor and listened carefully. I could still hear my foot echoing. In fact it was getting louder the softer I tried to tap my feet. Then it stopped.

That's weird, I thought.

"Belinda?" a voice echoed.

I stared at the floor. It was a bit hazy but a vision of my teacher appeared.

"Mrs. O? I mean, Mrs. Ordoñez?"

"What are you doing on the floor?" Mrs. Ordoñez, or Mrs. O, said.

"Me? But ma'am, you're *in* the floor!"

"Ms. Rama, I don't have time for jokes," Mrs. O said, as the face began to blur, only to be replaced by a shoe, this time on the floor where the face appeared.

I lifted my head to see Mrs. O looking down at me, her arms akimbo.

"Ay! Ma'am!" I blurted out. I immediately stood up, dusting myself, and picked up my books. "Good morning, ma'am."

"What do you want?" Mrs. O asked, as she unlocked the door and pushed it open.

"I, uh, wanted to see you about my paper," I said.

"Come in. Have a seat."

Books with faded spines filled the room and made the room look small. Even I felt small as I stepped into the room. The books appeared to swell from the compactness of the bookshelves and seemed they would shoot out into the air if someone tried to fit in one more page. I decided to sit by the window hoping to catch a breeze. I had been sweating since the ride in the jeep so that beads of sweat were forming on my nose.

Mrs. O pulled up a chair and sat facing me, but I could not locate her eyes through the bifocals. They only reflected the light coming in from the windows.

"So what can I do for you?" Mrs. O asked.

"*Kasi*, ma'am, you said that we should see you individually about our papers."

"Ah, yes," Mrs. O said, "and which is your paper again?"

"It's the one about magnetic poles."

"Magnetic poles. What about magnetic poles? I just want to make sure that I got the right paper in mind *'no*."

"Uhm, I was thinking of working on the relationships between like and unlike poles. How they attract and/or repel each other, and how a piece of magnet can carry both poles, despite the fact that they oppose each other," I began, trying to play over in my mind what I had been rehearsing the whole morning.

"Yes, yes," Mrs. O said. "Go on."

"And that there are many things around us that behave this way."

"Like?" Mrs. O said, but not really listening. She was busy checking out stuff on her table.

"Like human relationships," I said.

"Go on," she said again, looking over her planner.

I was beginning to doubt if she even read my concept paper. Why was I getting the feeling that she had no idea what I was talking about?

"That there are basically two kinds of human relationships—attractive and repulsive—just like magnets," I said.

"And?"

"And—" *Yuck!* I would have liked to explain further but it was at this point that I noticed a small greenish black thing sticking out of Mrs. O's nose, dangling by a nose hair like a stalactite about to fall. *Kadiri!!* It was a *kulangot!*

"And what?" Mrs. O asked.

"Uhm, and, ah, magnets. And human relationships," I said. "I mean, like, how they're the same," I fumbled, losing track of the speech I had prepared.

"You mean parallel, 'no?" Mrs. O said.

"Parallel?" I asked, distracted. "What parallel?"

"Between human relationships and magnets," Mrs. O said, letting out a sigh, and as she sighed, the *kulangot* trembled. "Isn't that what you are trying to say? That there exists a parallel between human relationships and magnets?"

I nodded.

"So what is the parallel?" Mrs. O said, the *kulangot* trembling at her every breath.

"Uhm, the parallel is that boog—I mean, magnets and human relationships are of two kinds: attractive and repulsive." At this point, I suddenly had the urge to touch my own nose *kasi baka* I had *kulangot* sticking out of my nose too. Or if I pretended to scratch my nose, *baka* she might feel like scratching her nose too and the booger *na rin*.

"That sounds interesting. Go on," Mrs. O said instead.

"Uh, uhm, human relationships work like magnets. Like *di ba* I can be attracted to someone or I can be repulsed, I mean repelled, by someone."

"Okay, that's good," Mrs. O said, and I thought she was done so I could run away from her *kulangot*.

"But," she continued, "you said that what was more interesting was that magnets carried opposite poles at the same time 'no?"

"Yes, ma'am," I said, wondering what she was driving at *naman*.

"Can you carry the parallel further?"

Suddenly, my mind was off the booger. "Further?" I muttered.

"Yes, further," Mrs. O said.

"Uhm—uhm—" *opposite poles, opposite emotions*, I thought quickly. "Like if I were a magnet, I can be attracted to a person, and at the same time be totally disgusted with another?" I mused. "I can feel both emotions, which are entirely opposites. Like a magnet with opposite poles," I said proudly, having thought of a solution.

"Yes, that's right," said Mrs. O. But she wasn't done *pa pala*. "For example 'no, this is a magnet," she said as she held out her pen to demonstrate, "with opposite poles: north," pointing to one end of the pen, "and south," pointing to the other. "Now when you get to the middle, where does the north end and the south begin?"

"Ma'am?" I was puzzled. What the booger was she talking about? "Can you have a magnet with a north pole but no south?"

Ha? *North with no south*? *Like attraction with no repulsion*? "Ma'am, are you saying that a person cannot be attracted to someone if she's not also feeling repulsed by someone else? *Parang ano*, you have to hate someone if you want to love?" I was getting a bit confused. She was beginning to sound like my mother.

"Yes, you can't have one without the other. *Puwede 'no*?" Mrs. O said. "Take it a step further *pa*: in a bar of magnet, the magnetic field at the poles can be traced out in what are called lines of magnetic force." With her finger, she traced imaginary lines like concentric concaves (or convexes?) emanating from the poles of her pen. "Now along these lines, there is tension, 'no? So that the lines of the north are attracted to the lines of the south and they meet to create a pull on each other. That pull is the tension. So it looks as if the force curves away only to return as the other.

"With like poles, tension along the lines of force don't create a pull but instead repel each other 'no, so they don't meet but instead run parallel to each other."

Aha! She was beginning to make sense. Somehow, I felt like something was dawning on me.

"Now, I go back to my question," Mrs. O said. "Where does the north end and the south begin?"

"*Ha*? I don't think I follow."

"I mean, is it possible that the love or hatred we feel for someone is fed by the exact opposite emotion? We feel so much hate because there is so much love or that we love so much it turns into hate?"

Wham! *Grabe*! The words fell hard on my thoughts. As if something hit me and I had no idea what it was. For a moment, I was staring *lang*, while my surroundings twitched or blinked. *Basta* it was like something changed but everything looked the same.

Siguro I would have sat there for a long time if Mrs. O had not knocked me back into awareness with a big *haaaching*! that sent showers on my arm.

"Excuse me," Mrs. O said, and blew her nose. She was waiting for my response, I could tell, *kasi* she was just sitting there, taking her sweet time cleaning out her nostrils—

Oh my God! The booger! Where is it na? My arm. *'La naman. Baka* it's in the tissue *na*. Shet! Where is it *na*?

As I couldn't bear to think where it could have gone, I quickly thanked Mrs. O, told her I would think about my paper some more, stood up, and closed the door behind me.

I suddenly felt queasy. There was so much to process.

Walking down the corridors, I didn't know whether to be mad or depressed: mad that good advice had to come with boogers; or depressed that Mrs. O was right, almost to the point of being psychic. It was so uncanny. And yet it all made sense. How could I not agree with her? It just sounded too logical. I had to undo the logic or else.

Sweet and Tender Hooligans
Mae Astrid Tobias

Ann Louise arranged it so conveniently Tita Christy hardly asked any questions.

"You don't have to worry, Mom," she said. " Kuya Martin will pick me up here at six and bring me back home around midnight. You and Dad can enjoy a nice evening out."

"I'm not worried, dear," Tita Christy said. "But isn't it a bit inconvenient for you, Martin?"

I shook my head and smiled. "It's fine."

"You've always been so patient with Ann Louise," Tita Christy said. "Your Tito Bot and I would never know what to do without you."

"*Kasi*, Tita, you should allow Ann Louise to have a boyfriend *na*, so someone can take care of her," I kidded. Ann Louise quickly turned to me and made a face. Shut up! Shut up! she mouthed.

"*Hay naku*, Martin! Not until she's thirty! You know I want Ann Louise to be a lawyer. Boyfriends will only distract her. *E, paano kung mabuntis 'yan?*"

"Mom!" Ann Louise interrupted.

"I'm not stupid, Ann Louise. I know what you kids are up to. I went through the same things."

Then Tita Christy continued on and on about her own high school experiences. I kept my smile plastered on my face and nodded occasionally, pretending I was listening intently to her diatribe on today's generation. Ann Louise just shook her head at me. She was telepathically telling me, "I told you to shut up."

142

I was only one year older than Ann Louise but when we were a lot younger, we were best friends. Tita Christy called us hooligans, though I had no idea what the word meant at that time. We menaced the neighborhood with our pranks and mischief. Together, we climbed our neighbor's gates to pick gumamela flowers to make bubbles. Pots and pans disappeared from our kitchens and found their way to the clubhouse Ann Louise and I built on the vacant lot at the end of the street. We even bathed naked under the monsoon rains of August.

❧

As the years passed, we saw less and less of each other. We would bump into each other at the chapel after attending mass or at the neighborhood *sari-sari* store. It was only when I entered college that I saw Ann Louise almost regularly again.

Almost every day, I passed by the co-ed science high school Ann Louise attended. Sometimes, on my way to the university, I gave Ann Louise a lift. That was when we would catch up on old times.

"I'm in the cheerleading squad," she said.

"Captain?"

"No, but it's okay. They only took me in because I was tiny. You know, so they can carry and toss me around. Besides, I'm the lightest so I get to climb the top of the pyramid."

"Is it scary?"

"At first, yeah. I used to get this funny feeling in my stomach when I stood on top of the boys' shoulders, but you get used to it."

"There are boys in the squad?"

"Of course! You know what? You should watch us sometime. I'll give you our schedule." Ann Louise rummaged through her knapsack and tore a page from her notebook. She quickly scribbled down her schedule. "We usually rehearse in your gym."

❧

One afternoon, I passed Ann Louise's high school, having made it part of my route home. The students were already dismissed and huddled by the entrance. I slowed down to let them cross the street. A young couple standing by the sidewalk caught my attention. The guy wore a baseball jersey and cap with the number 9 emblazoned in front. An enormous duffel bag was slung over his shoulder. The handle of a baseball bat stuck out. I almost didn't recognize the girl beside him—it was Ann Louise. She wore dark blue jogging pants and a tight white shirt, with the school's name written across the chest. They just stood there. Not talking. They didn't cross the street or make any motion to hail the passing jeepneys. I honked my horn as I drove in front of them. I rolled down the window on the side of my passenger seat.

"Ann Louise! Where are you going? May I give you and your friend a lift?"

Ann Louise seemed startled. She looked at me then at Baseball Guy and back at me.

"Are you going home?" she asked.

I nodded.

"Okay." Ann Louise opened the door and got in. She looked back at her companion, but said nothing.

"*Ikaw?*" I asked him.

"Okay *lang po*," he said.

🍃

As I drove away, Ann Louise kept looking back at the sidewalk. From my rearview mirror, I saw Baseball Guy cross the street and hail a passing jeepney.

"Boyfriend?"

"Don't tell Mom, okay?"

🍃

Ever since I picked her up that day, I made it a point to pass by her school every afternoon. Often, I saw her on their campus, hanging out with Baseball Guy. If I didn't pass them standing on the sidewalk, waiting for a ride home,

I slowed down hoping to find them somewhere around the campus. I spotted them sitting on the stone benches or walking on the grass. Baseball Guy carried Ann Louise's knapsack on his shoulder while Ann Louise held her books tightly to her chest. Their elbows barely brushed against each other. I hardly noticed any animated conversations between them. Sometimes, they just looked at opposite directions seemingly conscious they were being watched.

There were afternoons when the campus yielded no sign of them. I would imagine them roaming the hallways of their building. I often wondered what they did or what they talked about when they were away from prying eyes.

Each time I gave Ann Louise a lift to or from school, she told me bits and pieces about her Baseball Guy.

"His name's Greg. He's a pitcher in the baseball team," she said. "We've always been classmates but I never noticed him, until we became lab partners last year in Chemistry. During one experiment, he wondered out loud if drinking silver nitrate, would give him mutant powers. I told him that, to be a mutant, he has to have been born with his own powers. That got us to talking about the X-men movie, and I told him how I liked the old comics better. Come to think of it, Greg sometimes reminds me of you. I still have your old comics, you know that? I borrowed them way, way back, but I never got around to returning them. But don't worry, I'll return them."

I had forgotten all about those comics. I didn't care about them anymore.

"It's okay, you can have them," I said.

"Really? Thanks! Anyway, don't tell Mom, okay? But this weekend, after practice, we're going to catch the X-men movie again. Wanna come? Bring a date?"

I accepted Ann Louise's invitation. That Saturday, I showed up at the gym to pick her up. Baseball Guy was supposed to meet us at the mall, since he lived only one jeepney ride away. When I arrived, they were finishing up the pyramid routine. I sat on the bleachers to watch them. Ann Louise waved at me just before she clambered up the shoulders of the male cheerleaders. The rest of the team clapped to the beat being banged on a gigantic bass drum. When Ann Louise finally reached the top, she flashed a victorious smile at me and raised her arms up high to form the letter V. Then she jumped. As she fell, I almost stood up from my seat. Something in me wanted to run to the floor to try to catch her. My heart beat louder and faster than the bass drum. But that was only for a moment. Her small frame quickly disappeared in a bed of arms laid out by the rest of her companions. She bounced back on her feet. Everyone in the gym cheered and applauded. I felt my hands turn clammy, and I wiped the beads of sweat which formed on my forehead.

When we arrived at the cinema, there was a long line at the ticket booth. Baseball Guy arrived early and already bought two tickets for balcony seats. Ann Louise seemed to have forgotten to mention to Baseball Guy that I was tagging along. I took my place at the end of the line while Ann Louise introduced us to each other. "Greg, Kuya Martin. Kuya Martin, Greg." I extended my hand to give him a handshake but Baseball Guy only nodded.

"Why don't you guys go ahead and save me a seat?" I suggested. "I won't take long."

Getting my ticket, a quick trip to the men's room, and lining up for popcorn and soda took longer than I expected. By the time, I entered the cinema, the lights had been dimmed. I waited at the top of the stairs for my eyesight to adjust to the dark. The balcony seats were barely occupied. A group of high school students took the center seats. A middle-aged woman sat by herself. Through the light of the flickering screen, I thought I saw them. They chose the farthest corner of the farthest row. Their arms locked in an embrace. Their faces pressed against each other. I could almost hear a low moan coming from their direction. The usher shone his flashlights at the seats to show me the way. The couple disengaged. At the other end of the row, I saw Ann Louise waving frantically at me. I scurried in the dark and cut across the seats. The movie was about to start.

I took the seat nearest to the aisle. Ann Louise was sandwiched between Baseball Guy and me. Ann Louise held the popcorn. Baseball Guy drank the soda. I pretended to watch the movie. From the corner of my eye, I watched Baseball Guy and his hands. I might have missed a couple of action scenes where the X-men were in battle, but I made sure Baseball Guy's fingers didn't go crawling beyond the boundaries of his armrest.

I didn't know how Ann Louise managed to convince me to play along, but I did. Together we arranged conspiracies to hide her relationship with Baseball Guy from her mother. Every time they arranged to go out, I would be her cover. "Mom, Kuya Martin is going with us to the movies." Tita Christy always agreed.

Kuya Martin was there. No need to worry. So they managed to hide their relationship for months.

❦

And then the prom came. The plan was quite simple, and I was in on it. The deal was like this: I pick her up, tell Tita Christy I was her date, and drive her to school where Baseball Guy was waiting. I was the chauffeur who took the Princess to her Prince.

❦

"It's a dumb idea," I told her. " Sooner or later, you will have to tell your parents about Greg. I can't keep your secret for long."

"I will," she promised. "But you know how they are. They would never let me go to the prom if they knew. They'd rather let me die an old maid!"

❦

I ironed my best shirt extra carefully. It was the same shirt I wore to my own prom. I also gave my shoes an extra layer of wax. As I rummaged through my father's drawer for a suitable tie, he walked in.

❦

"Hot date, I see," he said. "Here, let me help you with that tie."

"It's not what you think," I mumbled. "I'm going to the prom."

"Really? I thought you graduated from high school last year?"

"It's Ann Louise's."

"That's sweet, son. Taking your childhood sweetheart to the prom. Have fun."

Ann Louise was still getting ready when I arrived at their residence. Tito Bot was there to welcome me while Tita Christy assisted her in her room.

"Nervous?" Ann Louise's dad asked. He handed me a glass of soda to drink.

"Not really. I've done this before. I mean, going to the prom and all."

"I guess you couldn't get enough of it, huh?" he chuckled and jabbed me on my rib.

🌿

When Ann Louise emerged from her room, I stood up and handed her a corsage for props. She allowed me to attach the flower to her dress. I fumbled while I tried to pin the corsage to where the spaghetti strap met the rest of the gown.

🌿

This was the closest I had ever been to Ann Louise. There was electricity when I touched her skin. I felt intoxicated by her fragrance. It reminded me of flowers, and how it used to be when we were kids. During the month of May, Ann Louise and I joined all the kids in the neighborhood to offer flowers to the Virgin Mary. We roamed the streets in search for flowers to pick. We clambered the walls, stealing santan and sampaguita from the bushes which grew on the other side. The thorns of the bougainvillea pricked our fingers. Then there were afternoons when Tita Christy wouldn't let Ann Louise out, until she took her nap. I was left alone to search for the flowers. When it was time to go to the chapel, I fetched Ann Louise in her house, clutching my loot close to my chest. I gave Ann Louise all the flowers I found. My hands, caked in dried blood and mud, had the sweet scent of the ilang-ilang I had picked.

🌿

The parking lot was swarming with Ann Louise's classmates, all dressed and made up. Girls in their pink and baby blue gowns flowed out of the parked vans. They giggled and praised one another's gowns. They kept looking at their compact mirrors. More girls flocked near the restrooms, chattering loudly. A group of boys, newly bathed and well-combed, assembled together around the stone benches. They clutched long-stemmed roses for their dates. Some tapped their feet nervously, as they took quick puffs on a lighted cigarette they tried to conceal behind their backs. As soon as she got out of the car, Ann Louise craned her neck in search of her escort.

"I guess he hasn't arrived yet," she whispered to herself.

"I'll take you to your friends, okay?"

Ann Louise and I followed the string of yellow, red, and green blinking lights that lit the school corridors and led us to the gymnasium. Once we entered, Ann Louise squealed with childish delight and shook my arm vigorously.

"There he is!" she pointed. I looked around and spotted Baseball Guy huddling together with his friends beside the buffet table. Ann Louise waved. He waved back but made no indication of coming to meet us. She had to pull me towards him.

"Greg!" she called out. He smiled and pulled out a long-stemmed rose from behind him. He bent over to whisper something in Ann Louise's ear. She smiled demurely and pressed her nose closely to the flower.

I frowned.

"I'll be okay, Kuya Mart," she reassured me. "I'll see you at twelve, okay?"

I didn't know what overcame me. The next thing I knew, I held on to Ann Louise's hand and leaned over to kiss her cheek.

"Kuya Martin, what are you doing?" Ann Louise pulled back. Her face was as red as the rose Baseball Guy just handed to her. Baseball Guy stiffened but didn't make any move. I turned to make a quick exit, but not quick enough to overhear Baseball Guy's snickering friends. I could feel Ann Louise's embarrassment. I suddenly felt sorry for what I did.

🌿

The movie I decided to watch ended earlier than expected. So I found myself in the school parking lot an hour before midnight. The prom was not yet over. Dance music was still blaring from the direction of the gymnasium. I maneuvered my car around the lot in search of a spot. The lot was already full. It seemed some parents didn't leave after dropping off their children. I finally found a suitable place on the unlit open field adjacent to the parking lot. In the morning, I would see students playing soccer there. But tonight, there were only shadows. The car wheels embedded tread marks on the mud: the grass was flattened under their weight. Under the light of a makeshift lamp, drivers of the other vehicles huddled for a game of *tong-its*.

🌿

I retraced my way to the gymnasium. I followed the mismatched Christmas lights I saw earlier and the staggering flow of couples coming out of the gym. The long corridor to the gym branched out into dark classroom pavilions. I found myself exploring them, instead of going straight to the gym. Anyway, I was early, I thought.

🌿

My lone figure cast a long shadow on the corridors. My footsteps echoed as I turned to the pavilions. They all looked identical. Each had a series of doors, bulletin boards, and a long hallway which seemed to vanish into nowhere. I only ventured into the parts where there was still a shimmer of light. Occasionally, I paused to read the notices posted on the boards. There was something in the darkness that made me uncomfortable. Something made me feel I wasn't alone in the pavilions. Maybe it was the display cases of the students' projects in the science pavilion. They had a collection of freaky objects. In what seemed to be the Biology wing, stuffed parrots and cats stared at me with amber eyes. Butterflies, pinned by their wings, laid flat on a bed of cotton. Aborted fetuses of various animals floated lifelessly in bottles filled with formalin. I recognized a human fetus inside one of them. A chill ran up my spine. I moved quickly to the next display case, where molecule models were on display.

❧

Music from the gym could be heard in the pavilions. It had changed from dance to slow. The lights must have been turned dimmer. The students must have broken up into pairs. I could imagine Ann Louise and Baseball Guy doing a slow dance. Her cheek resting on his chest. His arms wrapped around her tiny waist. Her waist—I could probably measure it by the size of my two hands.

I shook my head violently, trying to erase the image from my mind.

❧

After looking at the molecule display, I turned to return to the main corridor. As I passed the Biology display something made me stop. I heard hushed voices. I looked hard into the darkness, but I couldn't see any movement. I edged nearer the display until the voices became more audible. They came from inside the lab. I extended my hand to turn the doorknob only to grip thin air. Instead, I found a round gaping hole, letting me see through. I peeked. Light from an open window illuminated portions of the classroom. It looked like an ordinary science laboratory. The voices quieted down, probably because they heard my footsteps approaching. I held my breath and waited.

❧

"We have to go," a voice whispered. Then a grunt. I took off my shoes and tiptoed as fast as I could to the main corridor. The prom was already winding down. I could hear the voice of an emcee thanking the students for coming. I hurried to go back to the parking lot but not before taking a last glimpse at the science pavilion. Two figures were emerging from the dark.

❧

It took me a while before I could find Ann Louise and Baseball Guy from the wave of students coming out of the gym. I waved as soon as I saw her.

Ann Louise wore Baseball Guy's coat over her gown. She said she was cold, but beads of sweat had formed around her forehead. Baseball Guy escorted us both back to the car, where Ann Louise gave him a quick peck on the cheek.

"Had fun?" I asked.

"Super!" she replied, then she continued to smooth her rumpled gown and comb her hair with her fingers.

🌾

At the stroke of midnight, I was parked right in front of Ann Louise's doorstep. She was about to open her door when I stopped her.

"You should use my coat instead," I said. I switched on the light in my car so I could grab my coat in the back seat. Ann Louise removed Baseball Guy's coat and revealed her bare shoulders. Just beneath her throat, I spotted a slight red mark.

"Is that what I think it is?" I said.

Ann Louise blushed. She whispered, "Don't tell Mom, okay?"

Before she could pull away, I grabbed Ann Louise by her arm. I must have held her too tightly because she winced. I loosened my grip. Welts seemed to appear where my fingers held her.

"Did he hurt you? Did he make you do anything you didn't want?" I asked.

"What are you talking about, Kuya Martin? I had fun!" Ann Louise put on my coat, pulling it tightly around her throat and then bounced out the car.

🌾

I waited until Ann Louise disappeared behind her door. She left Baseball Guy's coat with me. Crushed beneath it was my corsage. The orchid hung limply by its pin.

Girl Meets Girl

Agay C. Llanera

When Anya walked to center stage that afternoon, she didn't know how cool she looked. First of all, she was the only contestant who carried a guitar. Second, her curly hair, which she didn't bother to cut the past summer, coiled down past her shoulders, *boing boing-ing* with her every step. And lastly, after she sat down and strummed the first chord, she closed her eyes and sang a really cool song.

> * *Sometimes I shave my legs and sometimes I don't*
> *Sometimes I comb my hair and sometimes I won't*
> *Depend on how the wind blows I might even paint my toes*
> *It really just depends on whatever feels good in my soul*

But Anya was feeling anything but good. Her rubber legs threatened to collapse beneath her suddenly heavy guitar. Her curls were making her neck itch. And she kept her eyes closed to block out the sea of faces below her.

> * *I'm not the average girl from your video*
> *and I ain't built like a supermodel*
> *But I learned to love myself unconditionally*
> *Because I am a queen*

She twanged the last chord slowly. The crowd broke out in wild applause and whooping. For the first time, Anya looked at the audience and grinned. Her batch mates started chanting, "So-pho-mores! So-pho-mores!" Anya stood up, still smiling, bowed with her guitar and exited the stage, her curls *boinging* after her.

The speakers screeched as Sister Mary Grace snatched the microphone. "Stop clapping!" Her high-pitched voice matched the microphone's feedback.

"You can only clap after the last contestant!" Vaguely, Anya could hear the principal lecture her schoolmates about not following instructions and caught the word "barbarians" several times. But Anya couldn't care less. The crowd loved her! She felt cool.

But not everyone could be as cool as Anya. Like the judges, for instance. Citing "modesty of lyrics" as an important part of the criteria, they awarded Anya only second to a junior who sang *Tanging Yaman*.

When Anya went onstage to receive her certificate, the whole sophomore class stood up, clapped and whooped, along with some students from the other batches. And Anya flashed her brilliant smile, not noticing that at the back, people were whispering and looking in interest at a tall, shorthaired senior, standing up and hooting her lungs out for her.

Imagine wearing a long-sleeved, below-the-knee dress on a hot summer day. That's what Anya and her friends felt when they were having lunch in the stuffy canteen. Anya tied her curls back in a tight ponytail. Her friend Micki rolled up her sleeves, then after seeing a teacher eating at the next table, sighed and straightened them out again. Teena fanned herself with her hanky.

Suddenly, Micki straightened up and whispered to the other two. "Oh, my gosh. Right behind you, guys. Don't look, but it's Mic!"

But of course, Teena *had* to look, ignoring Micki's disapproving squeal. "Who's that girl with her?"

Anya followed Teena's gaze. "Hey, that's a new girl!"

Micki sighed. "Don't you, guys, know anything?" Her voice assumed a mechanical voice, like a computer giving out data. "Carmen de Jesus. Junior. Vice president of the Dance Club. Extremely *kikay*."

Anya twirled her spaghetti. "She's pretty."

"Hello?" Micki rolled up her sleeves again. "I'm prettier than she is. And you're loads prettier than she." She sighed again. "Mic will never notice me. Let's face it, seniors just don't notice freshmen and sophomores."

"I don't know why you have a crush on Michelle," Teena frowned. "Even though she looks like a guy, she's still, well, a *she*!"

"A she who looks like Harry Potter," Micki said with a flourish, as if that were the answer of all answers.

Teena rolled her eyes. "Well, if Mr. Potter," and she drew quotation marks in the air, "continues to sport a boy's haircut, she'll be sent to the principal's office again." She turned to Anya. "What do you think?"

But Anya wasn't listening. She was staring in front of her, experiencing a slow motion moment. A senior—not just any senior, but a popular senior—was looking at her. And she wasn't just looking at her—she was smiling at her. The senior walked towards their table and stopped beside Anya.

"Hello."

Anya swallowed a noodle with difficulty. "Hey-uh."

And the senior went on her way.

Silence. Then Micki shrieked.

"Oh, my gosh! Anya ... *oh, my gosh*! Do you, guys, know who that is?"

Teena and Anya, both still in shock, answered in unison. "Yes."

Bernadette Roxanne Villamor. Bronx for short. Tanned from playing tennis. Heart-melting smile. Played the anguished lead character Pablo in the recent school play, *The World Is an Apple*. Used to date Shelly Paras, who was crowned as this year's school *lakambini*. Also has short hair but doesn't have her nape shaved, thus saving her from bothersome trips to the principal's office.

"Hey-uh!" Micki giggled, bringing back Anya to reality. "What was that?"

"It was the first thing that came to my mind, okay?" Anya frowned. "Did I look stupid?"

"You looked confused." Micki reached out and playfully tugged at her curls. "But cute." She turned to Teena. "Now even you have to admit that Bronx is a cutie!"

"She is cute ... in a guy-sort-of-way," Teena said slowly. "But I'd rather have a real guy."

Micki sipped her orange drink. "Which, unfortunately, we don't have here."

✿

Contrary to popular belief, Anya didn't toss and turn that night. In fact, she stayed in one position—her right arm bent under her head, legs straightened out and slightly apart, and her eyes glued to the ceiling. In her head, she played *the scene* over and over.

Bronx smiling and saying hello to me ... Bronx smiling and saying hello to me ... Bronx smiling and saying hello to me ...

And she never got tired of it. Of course, she never replayed the "Hey-uh" part and instead, created her own versions. This is one of them:

Bronx: Hello.

Anya: Hi! Wazzup?

Bronx (pulls out a white rose): I think this belongs to you.

Anya is speechless and accepts the rose.

Bronx (smiles and reaches out for her hand): And I think you belong to me.

Yuck! Too corny. Anya shook her head and looked at the clock. 1 a.m.! I have to get some sleep! Almost an hour passed before Anya felt drowsy. Her thoughts were incoherent as a wave of sleepiness washed over her. She vaguely wondered if liking Bronx made her a lesbian. But before the thought nagged at her, she fell asleep.

The following week sped past in a blur for Anya. Her world was suddenly divided into two—seeing Bronx and not seeing Bronx. Anya had never felt a crush this intense and well, so near. She was overwhelmed. Whenever her and Bronx's eyes would meet, Anya would automatically look away feeling confused. If you took a peek at the back page of her diary, you would read *Bronx loves Anya* scribblings enclosed in hearts. But try looking again the next day, and you'd see nothing except the uneven remains of a torn-out page. She shared none of this to her friends, and even denied her feelings when grilled by Micki. After all, she reasoned out, Bronx hasn't said a word to me the whole week. There's simply no reason to talk about it. By the end of the week, she had convinced herself that Bronx's hello was a fluke of nature. So nothing, absolutely nothing, prepared her for that Friday afternoon.

Anya was pissed. Micki promised to meet her in the canteen after class, but she had been waiting for half-an-hour, and she still hadn't appeared. Anya heaved a huge sigh. She really needed to go to the bookstore to get some materials for her project that weekend. The mall was just beside the school, but Anya was afraid of crossing the street alone. I guess I'll have to ask mom to go with me tomorrow, she thought. She was about to gather her things and leave when Bronx magically appeared.

"Hello. Waiting for someone?" she grinned.

"Uh ..." Anya desperately gathered her thoughts. "Yeah, my friend was supposed to meet me so we could go to the mall together." She looked around as if expecting Micki to pop up. "But she's not here, so ..."

"So you're going alone?" Bronx pulled up a chair across Anya. "I can go with you if you want."

"Uh, no! It's okay." Anya blurted out then mentally hit herself on the head.

"Well, if you don't really want to ..." Bronx started to get up.

"No!" The word escaped before Anya could stop it. Bronx slowly settled back in her chair. "I mean, I don't want to bother you so ..."

"No bother at all!" Bronx stood up and smiled. "Shall we?"

And they crossed the street to the mall together. That was Anya's very first date.

That night, Anya twirled a curl while writing in her diary.

Bronx is super nice and down-to-earth. She didn't leave my side the whole time we were in the bookstore. I felt so conscious! But I forced my hands and voice not to shake.

Anya paused, knitting her eyebrows. She continued writing.

I don't know how to explain this. I've never had anyone give me this much attention before—aside from my parents, of course, who don't count. It's just that I think I have a crush on Bronx because she's the perfect "gentleman." Except that she isn't really a man. But having a crush on a girl is harmless, right?

And this time, Anya did toss and turn all night. Good thing it was a Friday night or she wouldn't have woken up in time for school the following day.

❦

Lunch in school was usually extra-boring on a Monday, but that afternoon, Anya's eyes were sparkling (though her eye bags seemed to have deepened). In whispers, she told Micki and Teena everything that happened last Friday. As expected, Micki was excited while Teena was skeptical. "If you have a relationship with her, that would mean you're a *lesbo* too," she warned. But Micki defended Anya, saying that love goes beyond protecting one's image. "Besides, that's normal here!" She flipped her hair.

Anya felt someone nudge her elbow. She looked up to see a skinny senior with stringy hair, shoving a small red paper bag beside her tray. All she said was, "For you, from Bronx."

"C'mon, open it! " Micki squealed. Teena, trying not to look interested, gave up and craned her neck to see what was inside.

Anya pulled out a neon yellow cloth headband. She took the card, and read it with the others.

> Dear Anya,
> Something to keep your beautiful curls from your eyes. You won't be afraid to cross the street anymore, especially when it's dark. I swear it's the same color the MMDA use when they're out on the streets at night.
> Take care,
> Bronx

That was just way too much sweetness for Anya. She felt really special and she didn't want that feeling to go away. After a week of notes and presents, Bronx asked her to be her girlfriend. Anya said yes.

It was Anya's very first relationship. And it was exhilarating! She and Bronx would hang out after school in the mall and hold hands. Instead of just feeling cool, Anya knew she was cool because she hung out with Bronx's popular friends. Everytime she passed by a group of girls, she felt their envious stares. And as much as Anya hated to admit it, she liked the attention.

They often watched romantic-comedy movies together. And for Anya, her relationship with Bronx felt like the part in the movie where the romance between the couple grew, wherein scene after romantic scene of marveling at sunsets, sharing milkshakes and laughing over corny jokes, they finally dissolve into each other.

"You with the guitar while everyone else brought a minus-one tape. You with the curls while everyone wants to have straight hair," Bronx said one time, looking deep into her eyes. Anya inwardly sighed and reached out for her hand. She was in love.

❦

Their first month-sary fell on a Friday. Anya was brushing her curls in front of the mirror in Micki's room.

"So you told your mom we're watching a movie with Teena, right?"

"Uh-huh," Anya put on her neon headband.

"We'll all go to the mall together and once Bronx appears, Teena and I will ... poof! Disappear!" Micki stared at her fingernails. "So, umm ... have you and Bronx kissed?" She added slowly, "On the lips?"

"Eew!" Anya made a face. "Of course not!"

"What do you mean?" Micki asked, shocked. "You can't love her without kissing her!"

"We've kissed!" Anya sprayed on *Divine Dewberry*. "I mean, she kissed my cheek once and my forehead twice. We hold hands. Isn't that enough?"

"You're totally clueless." Micki groaned. "Don't you know that if you can't imagine kissing someone, then you don't really love that person?"

"Bronx and I are different," Anya shrugged her shoulders. "We don't need to kiss just to prove that we love each other."

And on that note, they went to the mall with Teena to meet Bronx.

❦

Over *puttanesca* and lemon iced tea, Bronx and Anya reminisced about how they first met. Swelling violins flowed out from the speakers, making Anya feel giddy all over. Soon Bronx opened up about her past romances.

"I've had three girlfriends. And none of them lasted for more than four months."

"Why?"

She shrugged her shoulders, "Something always happens. Sometimes they get too jealous that I can't even talk with other girls anymore."

"Is that what happened with Shelly?"

"Well, not exactly. I left Shelly because she never let me go to second base."

Her face darkened. "She said she was saving that for a real guy."

Anya's expression went completely blank. Part of her was pissed at Shelly for insulting Bronx that way, while the other part was still grappling with "Second Base." Where on earth is Second Base? It might be some really cool and romantic place that Bronx wanted to take Shelly to, but she was just too snotty to go. To wipe off Bronx's grimace, Anya earnestly (and innocently), said:

"I'll go with you to Second Base, Bronx."

Her face lit up with a devilish grin, "Really? We haven't even been to first base. Maybe we can go there later."

"As long as it's not too late. I told Teena and Micki I'd meet them in an hour."

"Don't worry, we can get there as quickly as you want."

She held Anya's hand, stroking her fingers.

After dinner, they went to a secluded, poorly lit area in the parking lot. Anya checked the time and said:

"Is First Base far, Bronx? 'Cause I think we have to get going if you don't want to get me grounded."

"No, it's just near." Her face slowly approached Anya's. With every wild heartbeat, Anya could hardly make out Bronx's features. But she could make out what was going to happen. Make it out. Make out.

Anya rocketed out of her seat. It took a while before Bronx realized what had happened. Instantly, Anya grabbed Bronx's hand. "Come on," her voice shaking. "Teena and Micki are waiting." And true to form, Bronx acted like a "gentleman." She didn't say anything until they parted ways, save for a small "Good-bye." All that time, Anya avoided her eyes, thinking that she could avoid the truth of the pain she had caused her.

❧

Bronx stopped saying hello to Anya, and Anya...well, if you took a peek at her diary, all the entries about Bronx had been torn out. Not knowing what first base was, was stupid. She felt stupid. She was stupid. She just had a crush on Bronx—that was it! She felt extremely guilty. She wrote Bronx a letter.

I guess we didn't want the same things. I just wanted someone to hold my hand and say I was amazing and different. And you wanted someone who would love you completely.

It was a long, you-deserve-better kind of letter ending with profuse apologies and a desire to be friends. But Bronx never answered back. After some time, when Anya saw her holding hands with another senior, she secretly felt relieved.

❧

The months passed quickly, and for the first time in Anya's life, she was about to meet boys through the school interaction. Lunch break was spent in the CR, with everyone jostling for a place in front of the mirror. But Anya stayed outside, mainly because she was feeling too nervous. A week ago, her adviser told her that she would be kicking off the interaction by singing and playing her guitar.

Anya went down to the assembly hall with her giggly classmates. The equally noisy boys were already there. While the girls seated alternately between the boys, Anya headed backstage and bit her fingernails. Suddenly, the chattering stopped and a great hush spread over the assembly hall. Clearly, everyone was conscious that they were seated beside someone from the opposite sex. The teachers urged them to talk to each other, but no one moved a muscle. Finally, Sr. Mary Grace took the microphone and welcomed everyone. "To start off the program, let's call on Miss Alexandra Fernando!" The audience politely clapped.

Anya stepped into center stage, sat down, and cradled her guitar on her wobbly legs. She closed her eyes and played the same song she sang in the contest.

> * *Keep your fancy drinks and your expensive minks*
> *I don't need that to have a good time*
> *Keep your expensive car and your caviar*
> *All I need is my guitar*

She peeked at her fingers once in a while to check if she was strumming the right chords, but would shut her eyes immediately afterwards.

> * *I'm not the average girl from your video*
> *and I ain't built like a supermodel*
> *But I learned to love myself unconditionally*
> *Because I am a queen*

She twanged the last chord slowly. Someone clapped. Someone whooped. The ice was broken and Anya opened her eyes to the cheering crowd. Grinning, she bowed with her guitar. But this time, Anya noticed something else besides the applause. More accurately put, someone else. A cute boy somewhere in the middle of the audience was standing up and hooting along with her classmates. He was smiling at her. Who could resist such a gorgeous smile? Anya smiled back. With her curls a-*boinging* and her heart a-thumping, Anya carried her guitar and exited the stage.

---

* from the song "Video" by India Arie

The Editors

CARLA M. PACIS is a founder-member of Kuwentista ng mga Tsikiting. She has authored many books for children and young adults, some of which have won major national literary awards. She is a lecturer at the De La Salle University and at the University of the Philippines where she is also a resident fellow of the UP Institute of Creative Writing (ICW). Her website is www. cmpacis.com.

Si EUGENE Y. EVASCO ay assistant professor ng malikhaing pagsulat at panitikang pambata sa College of Arts and Letters, UP Diliman. May-akda siya ng labinlimang aklat pambata kabilang na ang *Mga Selyo ni Lolo Benicio, Ang Bisita ni Haya, Bilog ang Buwan sa Tanghali, Baha!, Hilong Talilong, Apat na Mata, May Leon sa Aking Dibdib, Anina ng mga Alon, Misteryo!* at *Federico*. May-akda rin siya ng mga textbook para sa high school at kolehiyo, kabilang na ang *Sining ng Tula* at *Maikling Kuwentong Pambata* (co-author). Nalathala sa Singapore ang aklat niyang *Si Isem sa Bayang Bawal Tumawa* at naisalin sa mga wikang English, Bahasa, Tamil, at Mandarin. Nagwagi na siya ng walong Palanca Awards para sa tula, kuwentong pambata, at sanaysay. Naging Makata ng Taon noong 2000, PBBY-Salanga Prize Winner noong 1997, at NCCA Writer's Prize Awardee para sa sanaysay noong 2003. Ang kaniyang nobelang *Anina ng mga Alon* ay pinarangalan ng Gawad Chanselor para sa Akdang Pampanitikan, Pilar Perez Medallion for Young Adult Literature, at ng National Book Award (Young Adult Literature) ng Manila Critics Circle. Nalathala naman sa *Diliman Review, Humanities Diliman, Banwa,* at *Philippine Humanities Review* ang mga sanaysay at pananaliksik niya ukol sa panitikang pambata at panitikang-bayan ng Pilipinas. Itinanghal siyang National Fellow for Children's Fiction ng LIKHAAN: UP Institute of Creative Writing noong 2005. Punong-patnugot siya ng *Lagda,* ang refereed journal ng UP Departamento ng Filipino at Panitikan ng Pilipinas. Kasalukuyan niyang tinatapos ang programang PhD para sa malikhaing pagsulat sa Unibersidad ng Pilipinas at inihahanda ang kaniyang koleksiyon ng mga kritisismo sa panitikang pambata. Nagsisilbi siya ngayong assistant na tagapangulo ng Departamento ng Filipino at Panitikan ng Pilipinas ng UP.

The Contributors

In Filipino

May anak na teenager si SUSIE R. BACLAGON-BORRERO at siya ang naging inspirasyon sa kuwentong "Multo." Nagsimulang magsulat ng kuwentong pambata si Susie para sa kanyang mga pamangkin. Naging mas masigasig siya sa pagsulat nang magkaroon ng mga anak. Nagtatrabaho siya bilang tagapag-ingat sa YGC Archives. Editor din siya ng magasing pambata na KIDS+. Kasal kay Albert at may tatlo silang anak na lalaki. Naninirahan sila sa Los Baños, tahanan ni Mariang Makiling.

Nagtapos si CHRISTINE BELLEN sa UP Diliman ng BA Philippine Studies na may mga major sa Creative Writing at Art Studies noong 1995 at MA sa Philippine Studies na may mga major sa Philippine Literature at Art Studies 2003. Kasalukuyan siyang nagpapatuloy sa programang doktorado ng Philippine Studies na may mga major sa History, Anthropology, at Literature. May-akda ng aklat na Og Uhog, kuwentong nagwagi ng Karangalang Banggit sa Philippine Board on Books for Young People—Alfrredo Salanga Writers Prize 2002 at finalist sa National Book Award 2002. May-akda rin ng Filemon Mamon at ng limang aklat na muling pagsasalaysay ng Mga Kuwento ni Lola Basyang ni Severino Reyes:Ang Mahiwagang Biyulin, Rosamistica, Ang Alamat ng Lamok, Ang Parusa ng Duwende, at Ang Plautin ni Periking.

Kasalukuyan manunulat ng ABS-CBN si HENRI ROSE R. CIMATU. Nagtatapos ng BS Psychology sa UST kung saan naging kasapi siya ng The Varsitarian. Nais maging misyonero at nagsimula nang maglayag sa mga bansang China at Kyrgyzstan.

Miyembro si ANA NINA DE LA PEÑA ng KUTING.

Nagtapos si ALICE MALLARI ng BA Business Administration sa Miriam College. Nagwagi siya sa Gawad Palanca para sa kategoryang maikling kuwentong pambata noong 2003. Siya ay miyembro ng organisasyong KUTING simula taong 2004. Kasalukuyang isang volunteer teacher sa street kids ministry ng CCF Church. Bukod sa pagsusulat, mahilig din siya sa musika. Binabalak din niyang matutuhan ang pagtugtog ng mga katutubong instrumento.

Nagtapos si MAE ASTRID TOBIAS ng BA English: Creative Writing at kasalukuyang pinagpapatuloy ang kanyang MA sa UP Diliman. Siya ang may-akda ng aklat na *My Forest Friends*, na una sa seryeng Happy to be Free ng Haribon. Bureau manager rin siya ng Kabataan News Network (KNN) Manila Bureau. Fellow siya sa kauna-unahang Barlaya Writing for Children Workshop pati ng ika-43 UP National Writers' Workshop. Natanggap niya ang karangalang banggit sa 2002 PBBY—Alfrredo Navarro Salanga Writers Prize para sa kanyang akdang, "Ang Gulong ni Bong." Sinundan ito ng pagkamit niya ng ikalawang gantimpla sa kategoriyang Maikling Kuwentong Pambata sa 2003 Palanca Awards para sa kanyang kuwentong, "Bayong ng Kuting." Naging pangulo ng Kuting si Astrid mula 2004 hanggang 2006.

Dalawang beses nang nagkamit si RENATO C. VIBIESCA ng unang gantimpala sa Palanca Awards for Literature sa kategoryang Maikling Kathang Pambata—noong 1996 at 2003. Dalawang beses na ring naging fanalist sa Catholic Mass Media Awards. Nagtapos ng Bachelor in Journalism at kasalukuyang kumukuha ng MA Educational Management. Patnugot ng *Baby Jesus Magazine* at manunulat sa *Liwayway*, *Pambata Magazine*, *Barkada Magazine*, *Jesus Magazine*, at *Gospel Komiks* ng Communication Foundation for Asia. Awtor ng "Ang Tsinelas ni Inoy" na napabilang sa antolohiyang *Ang Gintong Habihan* ng Tahanan Books for Young Readers.

In English

HEIDI EMILY EUSEBIO-ABAD is a professor at the Department of English and Comparative Literature, University of the Philippines Diliman. She has written a number of poems and stories for children. Among her works are the books *Abot Mo Ba ang Tainga Mo?* (Adarna, 2001) for which she won the National Book Development Board (NBDB) Gintong Aklat Award for Children's Literature in 2002, *Ball of Wax* (Lampara, 2001), *Colorless Rainbow* (Paulines, 2002), *Magnificent Pearl* (Paulines, 2002), and *Polliwog's Wiggle* (Adarna, 2004). Her latest book is *Of Jars & Weaves, Terraces & Beads: Icons of Our Living Culture* (HSBC, 2006), co-authored with Carla M. Pacis. She is a member of the Kuwentista ng mga Tsikiting (KUTING), an organization of writers for children and young adults. Heidi gets her inspiration to write from her family: Sergio, her husband, and their kids, Laura, Laraine, Steffie, and Sam.

The writings of LIN ACACIO-FLORES have grown alongside her six grandchildren, from picture books to middle-grade books. Now that the first three grandkids are in their early teens, she had tried her hand at young adult novels like "The Secret" and "Adventures of a Child of War." Her *apos* are her severest critics and most encouraging fans. Now they challenge her: "Your books are too thin. Why don't you write something as thick as *Harry Potter?*"

AGAY C. LLANERA graduated from the Ateneo de Manila University with a degree in AB Communication in 1997. She discovered that she could write (and could get paid for it) in her first job as a writer for Business World Online Inc. After ten months, she quit to be a freelance writer for magazines. After almost a year of scrounging for projects, she finally succumbed to full-time work and ended up in her dream job in Probe Productions Inc.—being a segment producer for the now-defunct children's show, *5 and Up*. Since then, she had moved on to several TV endeavors, which included being the Supervising producer of the art educational show, *Art-is-kool*, and writing for *Alikabuk*, a Filipino curriculum-based show for grade-school students. Currently, she's back to freelance projects—being the executive producer of *Next Stop*, an educational show for high school students under UBE Media Inc.; being a co-owner of Monster Bites, a sandwich delivery company; and writing for the *Junior Inquirer* and other magazines.

So far, her greatest literary achievements are being part of KUTING and being chosen as one of the fellows at the 3rd Barlaya Writing for Children Workshop in 2004. In 2006, she launched her first book, *The Gathering*, published by Haribon.

A graduate of the University of the Philippines, RAISSA CLAIRE RIVERA has written a number of short stories for both adults and young people. She won third prize in the 2000 Graphic Short Story Awards for her story "In the Dark Zone," which is included in her collection of short fiction entitled *Each in a Different Fashion*. In the 2002 Palanca Awards, she won first prize in the Futuristic Fiction category for "Virtual Center" and second prize in the Short Story for Children category for "The Slipper."

RACHELLE TESORO has never been chubby, rolly-polly, or rubenesque. Quite the opposite, in fact: she's scrawny, skinny, and emaciated (patpatin!). She was a no-show at the prom and makes up for it by writing this story, imagining only what could have happened that fateful night.

MAE ASTRID TOBIAS graduated with a degree in English (Creative Writing) from UP Diliman and is currently taking her MA in English Creative Writing. She is the author of the book *My Forest Friends*, the first in the Happy to be Free series by Haribon. She is also the bureau manager of the Kabataan News Network (KNN) Manila Bureau. She was a fellow in the 1st Barlaya Writing for Children Workshop and the 43rd UP National Writers' Workshop. She received an honorable mention in the 2002 PBBY—Alfrredo Navarro Salanga Writers Prize for her narrative poem, "Ang Gulong ni Bong." In the 2003 Palanca Awards, she won second prize in the Maikling Kuwentong Pambata category for her story "Bayong ng Kuting." Astrid was the president of the Kuwentista ng mga Tsikiting (KUTING) from 2004 to 2006.

PERPILILI VIVIENNE TIONGSON is a founding member of the writer's group for children called Kuwentista ng mga Tsikiting (KUTING). She has published two stories for children in separate anthologies, and is awaiting publication of a picture book for children and a short story for adults. She is also working on an anthology of narratives on the Filipino Deaf Experience. She is a Creative Writing graduate from the University of the Philippines and currently teaching at the School of Deaf Education and Applied Studies at the De La Salle–College of Saint Benilde. She edited, with other deaf editors, the first volume and its easy-to-read version, entitled *Part I: Understanding Structure*, of the three-part series *An Introduction to Filipino Sign Language* by the Philippine Deaf Resource Center and Philippine Federation of the Deaf Inc. under the Grant Assistance for Grassroots Projects of Japan. It was awarded a Special Citation at the National Book Awards in September 2005. She is married to Bryan, and a mother to five-year-old Sam. They are thinking of adding another member.